நேசமணி தத்துவங்கள்

வடிவேலு வசனங்கள் வழி வாழ்வியல் சிந்தனைகள்!

சுரேகா

உங்கள் ரசனை மேம்பட
வானவில் புத்தகாலயம்
10/2 (8/2) போலீஸ் குவார்ட்டர்ஸ் சாலை (முதல் தளம்)
(தியாகராயநகர் பேருந்து நிலையத்திற்கும் காவல் நிலையத்திற்கும் இடைப்பட்ட சாலை)
தியாகராயநகர், சென்னை – 600 017
Phone: 29860070, 2434 2771 Cell: 72000 50073
Vanavil Puthakalayam 6 th sense_karthi
e-mail : vanavilputhakalayam@gmail.com
Website: www.sixthsensepublications.com

Title: **Nesamani Thathuvangal**

Author: **Surekaa**

Address:

Vanavil Puthakalayam
10/2(8/2) Police Quarters Road(1st floor)
(Between Thiyagaraya Nagar Bus Stop & Police Station)
Thiyagaraya Nagar, Chennai - 17
Phone: 29860970, 2434 2771
Cell: **72**000 **50**0**73**

Vanavil Puthakalayam
6 th sense_karthi
e-mail : vanavilputhakalayam@gmail.com

Website: www. sixthsensepublications.com

Edition:
First   : **August, 2019**
Second : **February, 2022**

Pages : 112
Price : Rs.155

Publisher
Karthikeyan Pugalendi

Managing Editor
P. Karthikeyan

Layout
M creative

No part of this book may be reproduced or transmitted in any form without permission in writing from the author or publisher

நீங்கள் Smart Phone உபயோகிப்பவராக இருந்தால் QR Code Reader Application மூலம் இதை Scan செய்தால் நேரடியாக எமது இணையதளத்திற்கு சென்று மேலும் எங்கள் வெளியீடுகள் பற்றிய விவரங்களைப் பெறலாம்.

A2   ISBN : 978-93-87369-09-2

தலைப்பு:

நேசமணி தத்துவங்கள்

நூலாசிரியர் : சுரேகா

பக்கங்கள் : 112

விலை: ரூ. 155

முதற்பதிப்பு   : ஆகஸ்ட், 2019
இரண்டாம் பதிப்பு : பிப்ரவரி, 2022

வானவில் புத்தகாலயம்
10/2 (8/2) போலீஸ் குவார்ட்டர்ஸ் சாலை(முதல் தளம்)
(தியாகராயநகர் பேருந்து நிலையத்திற்கும் காவல் நிலையத்திற்கும் இடைப்பட்ட சாலை)
தியாகராயநகர், சென்னை – 600 017

தொலைபேசி : 29860070, 24342771

கைபேசி: **72**000 **50**0**73**

மின்னஞ்சல்: *vanavilputhakalayam@gmail.com*

இந்தப் புத்தகத்திலுள்ள எந்த ஒரு பகுதியையும் பதிப்பாளர் மற்றும் எழுத்தாளர் அனுமதியை எழுத்து மூலம் பெறாமல் பதிப்பிக்கக் கூடாது

#prayfornesamani

நல்ல இசைக்கு இணையான அருமருந்து ஒன்று உண்டு என்றால் அது நகைச்சுவைதான். அதனால்தான் எல்லா தனியார் தொலைக்காட்சிகளிலும் இசை, நகைச்சுவை சம்பந்தமான நிகழ்ச்சிகள் எப்போதும் முன்னிலை வகிக்கின்றன. நம் வாழ்வின் எல்லாவிதமான உணர்வுகளையும் பிரதிபலிக்கும் ஒரு இளையராஜா பாடலாவது இருக்கும் என்பது 80களில் பிறந்தவர்களின் நம்பிக்கை. அதுவே சற்றுத் தள்ளி 90, 2000க்கு அடுத்துப் பிறந்தவர்களைக் கேட்டோமேயானால் அவர்களைப் பொருத்தமட்டில் எல்லாமே வடிவேலுதான். வடிவேலு அதிகம் படங்கள் நடித்த காலத்திற்குப் பின் பிறந்தவர்களுக்குக் கூட "யார்யா இவர்...எனக்கே இவர பாக்கனும் போல இருக்கே" என்று தோன்றும் அளவிற்கு வடிவேலு பொன்மொழிகள் சமூக வலைதளங்களில் உலாவி வருகின்றன.

வேலை வாய்ப்பு, அரசியல், சாதி, கல்வி இப்படி தீவிரமான எல்லா காரசாரமான செய்தி விவாதங்களின் மையக் கருத்தை புன்னகை இழையோடும் ஒரு சில மீம்களில் நறுக்குத்தெறிக்க சொல்லிச்செல்ல இந்த உள்ளங்கை ஊடகவியலாளர்களுக்கு கற்றுக்கொடுத்தவர் யார்?

வேறு யாருமில்லை. வாழ்க்கைதான். சில சமயம் ஞானிகளுக்கும் பிசிறடிக்கும். தோனிகளுக்கும் மதம் பிடிக்கும். ஆகவே இடுக்கண் வருங்கால் நகுக என்பதை நேசமணிகளும், வீரபாகுகளும், கைப்புள்ளைகளும், நாய் சேகர்களும், பாடி ஸ்டோக்களும், புல்லட் பாண்டிக்களும் நமக்கு மீண்டும் மீண்டும் வடிவேலு ரூபத்தில் பறைசாற்றிக்கொண்டே இருக்கிறார்கள். நாமெல்லாம் ஏதோ முள் கிரீடம் பொருத்தப்பட்ட பாகுபலிகளைப்போல் நரம்பு புடைக்க சுற்றிக்கொண்டிருக்கும்போது சந்தர்ப்ப சூழ்நிலைகள் வயப்பட்டு சுற்றமும் நட்பும் சூழ 23ஆம் புலிகேசிபோல் நாமே புலம்ப நேரிடும்பொழுது இதற்கெல்லாமா இவ்வளவு அலட்டிக்கொண்டிருப்பது? கொஞ்சம் இயல்பாகத்தான் இருந்தால் என்ன? என்று நமக்கே அந்த நிகழ்வை அசைபோடும்பொழுது தோன்றும் இல்லையா?

இப்படித் திடீர் கதாபாத்திரங்களையும், குபீர் சிரிப்புகளையும் தாண்டி பளீர் என்று தன் வாழ்க்கை சம்பவத்தோடு ஒரு காட்சியை ஒப்பிட்டு அன்னாடங்காய்ச்சி முதல் அயல்நாட்டுவாசிவரை ஒருசேர லயிக்க வைப்பது வடிவேலுவின் பாமரத்தனமான நகைச்சுவை பாணிக்குக் கிடைத்த வெற்றி.

உன்னுடைய அன்றாட உளவியல் சிக்கல்களுக்குத் தீர்வு வேண்டுமென்றால் முதலில் இந்தப் புதிருக்கு விடை சொல் என்று வாசகனைக் கடுமையான கோட்பாடுகளைக் காட்டி திணறடிக்காமல் வடிவேலு உரையொன்றைப் பரிசளிப்பதே இந்தப் புத்தகத்தின் நோக்கம். அதனால் தத்துவத்தை ஆராயாமல் அனுபவியுங்கள்!

டிரெண்டிங்

@காண்டிராக்டர் நேசமணி 13

#ஆணியே பிடுங்கவேணாம்!

@கைப்புள்ள 19

#இந்த பார்டரைத் தாண்டி நீயும் வரக்கூடாது..நானும் வரமாட்டேன்..

@பாடி ஸ்டூடா 27

#வட போச்சே!

@கைப்புள்ள 34

#இப்படி உசுப்பேத்தி உசுப்பேத்தியே உடம்பை ரணகளமாகிட்டாங்களேடா!

@சுமோ 46

#உனக்கு வந்தா ரத்தம் எனக்கு வந்தா தக்காளிச் சட்னியா?

@புலிகேசி 54

#வரலாறு மிக முக்கியம் அமைச்சரே!

@பாடி ஸ்டூடா 64

#பீ கேர்ஃபுல்! நான் என்னைச் சொன்னேன்!

@பாடி ஸ்டூடா 74

#..ப்ளான் பண்ணித்தான் பண்ணனும்!

@புலிகேசி 84

#கருத்துக்களை கச்சிதமாகக் கவ்விக்கொள்கிறீர்கள் போங்கள்!

@கைப்புள்ள 90

#ரிஸ்க் எடுக்குறது எல்லாம் எனக்கு ரஸ்க்கு சாப்புடுற மாதிரி!

@கைப்புள்ள 98

#சண்டைல கிழியாத சட்டை எங்க இருக்கு?

@நாய் சேகர் 106

#பில்டிங் ஸ்ட்ராங்கு! பேஸ்மெண்ட் கொஞ்சம் வீக்கு!

நேசமணி தத்துவங்கள்

"சூப்பர் சார்!' என்று சொல்லிக்கொண்டே அமுதனுக்கு ஒரு சால்வையைப் போர்த்தினார் அந்தப் பத்திரிகையின் ஆசிரியர் கணேசமூர்த்தி!

பின்னர் மைக்கை வாங்கி, அந்தக் கூட்ட அரங்கத்தில் அமர்ந்திருந்த அனைத்து ஊழியர்களையும் பார்த்துப் பேசத் துவங்கினார்.

"நண்பர்களே! நீங்கள் அனைவரும் இந்தப் பத்திரிகையின் வளர்ச்சிக்காக அயராது பாடுபடுகிறீர்கள். ஒவ்வொருவரும் வெவ்வேறு விதங்களில் தங்கள் திறமையைக் காட்டிக்கொண்டிருக்கிறீர்கள். அதே சமயத்தில், இதுபோன்ற மேலாண்மைப் பயிற்சி வகுப்புகள் நடத்தப்படும்போதுதான், இப்போது நாம் இந்த வேலையில் இருந்து கொண்டு என்ன செய்துகொண்டிருக்கிறோம்? இதில் இன்னும் என்ன செய்தால் மேலும் சிறப்பாகச் செயல்படலாம் என்பதற்கான ஒரு சரியான பார்வை கிடைக்கும். மேலும் உங்கள் சொந்த வாழ்க்கையிலும் பல்வேறு மாற்றங்களை இது போன்ற பயிற்சிகள் ஏற்படுத்தும் என்பது உறுதி! அந்த வகையில், ஒரு சிறப்பான, வித்தியாசமான பயிற்சியை வழங்கிய திரு. அமுதன் அவர்களுக்கு நம் அனைவரது சார்பிலும் எனது வாழ்த்துக்களும் நன்றியும் ! உங்களில் யாராவது ஒருவர் இந்தப் பயிற்சி பற்றி உங்கள் கருத்துக்களைச் சொல்லலாம்" என்று முடித்தார்.

முதல் வரிசையில் அமர்ந்திருந்த பத்திரிகையாளர்களான சிவாவும், பூஜாவும் ஒருவரை ஒருவர் பார்த்துக்கொண்டனர். பட்டென்று பூஜா எழுந்து முன்னால் வந்தாள்.

"மேலாண்மைப் பயிற்சின்னாலே ஏதாவது ஒரு விஷயத்த எடுத்துக்கிட்டு, அதைத் தலைவர்கள், மேல்நாட்டு முதலாளிகளோட வாழ்க்கையோட ஒப்பிட்டு அவர மாதிரி வாழனும் இவர மாதிரி சாதிக்கனும்னு சொல்லி ரம்பத்தப் போடுவாங்களோங்கற

சந்தேகத்தோடதான் வந்தேன். ஆனால், அமுதன் சார் முழுக்க வித்தியாசமா, நாங்க என்னென்ன பாணில வேலை செய்யறோம்ங்கறத சொல்லி, அதை எப்படி மெருகேத்துனா நல்லா இருக்கும்னு சொல்லாம சொல்லிக்கொடுத்தார். வேலைல மட்டுமில்ல, பொதுவா பத்திரிகைக்காரங்க அவங்கவங்க குடும்பத்தாரிடமும், பொதுவா சமூகத்திலயுங்கூட எப்படி நடந்துக்கனும்கறத கொஞ்சம்கூட போதனைன்னு தோணாத அளவுக்கு அழகா சமகால உதாரணத்தோட எடுத்துச் சொன்னார். குறிப்பா சினிமாக் காட்சிகள் மூலமா ஒரு சந்தர்ப்பத்தை எப்படிக் கையாள்றதுன்னு சொல்லிக்கொடுத்த விதம் அழுத்தமா மனசுல பதிஞ்சிடுச்சு. இதுநாள் வரைக்கும் நாங்க இதே சினிமா காட்சிங்கள சாதாரணமாத்தான் பார்த்திருக்கோம். ஆனா, பொழுதுபோக்குலேருந்தும் பாடம் கத்துக்கலாம்னு அமுதன் சார் சொன்ன கோணம் புதுசு. எங்கள மாதிரி இளைஞர்களோட ஒட்டுமொத்த சினிமா பார்வையே இனி மாறிடும். அதனால எங்க எல்லார் சார்பாவும் இந்தப் பயிற்சிக்கு ஏற்பாடு செஞ்ச ஆசிரியருக்கு நன்றி" என்று சொல்லி அமர்ந்தாள்.

பின்னர் அமுதன் அனைவரிடமிருந்தும் விடைபெற்றுச் சென்றார்.

◆

அது ஒரு வாரப்பத்திரிகை.

"இளங்காற்று" என்ற பெயருடன், இளைஞர்களை மையப்படுத்தி, பல்வேறு பயனுள்ள கட்டுரைகள், வேலைவாய்ப்பு, கல்வி பற்றிய நிறைய விபரங்களுடன் ஜனரஞ்சகமும் கலந்து வெளிவந்துகொண்டிருந்தது. ஆரம்பித்த சில வருடங்களிலேயே மக்களிடம் நன்மதிப்பைப் பெற்றிருந்தது. இளைஞர்களின் வாசிக்கும் பழக்கத்தைத் தூண்டவேண்டும். அவர்களிடம் தன்னம்பிக்கையை வளர்க்கவேண்டும் என்ற நோக்கத்தில் செயல்பட்டுக்கொண்டிருந்த அந்தப் பத்திரிகை ஆசிரியர் திரு. கணேசமூர்த்தி பிரத்யேகமாக இதழியலில் அமுதனைப்போன்று முத்திரைப் பதித்தவரை வரவழைத்து தன் ஊழியர்களுக்கும் இதுபோன்ற பயிற்சியை ஏற்பாடு செய்து உற்சாகப்படுத்திக்கொண்டிருந்தார்.

இது நடந்து, இரண்டு வாரங்களில், அலுவலகம் பரபரப்பாக இயங்கிக்கொண்டிருந்த ஒரு காலைப்பொழுதில், சிவாவுக்கும், பூஜாவுக்கும் ஆசிரியர் அறையிலிருந்து அழைப்பு வந்தது.

"சார் எங்கள கூப்டீங்களா?"

"ஆமாம்பா! புதுசா ஒரு ஸ்டோரி பண்ணனும்! ஏதாவது ஐடியா வச்சிருக்கீங்களா?"

“ஓ..இருக்கு சார்! ‘ஆங்கிலேய மிச்சங்கள்’ங்கிற தலைப்பில் ஆங்கிலேயர்கள் நம்மிடம் விட்டுச்சென்ற பழக்கவழக்கங்கள், சில பொருட்களின் உபயோகங்கள் பத்தி எழுதலாம்னு நினைச்சேன்” என்று உற்சாகமாகப் பேசினாள் பூஜா.

“ம்... நல்லாத்தான் இருக்கும். ஆனா அது முழுக்க இன்ஃபர்மேட்டிவா, செய்தி சொல்ற மாதிரி, அலசல் மாதிரி இருக்கும் இல்லையா? நீ வேற ஏதாவது யோசிச்சு வச்சிருக்கியா சிவா?”

“பெரிசா ஒண்ணும் யோசிக்கலை சார்! சினிமாவில் சாதிச்ச நடிகர்கள், இயக்குநர்களோட வெற்றிக்கதைகளை வாங்கி.. ‘நான் வந்த பாதை’ங்கிற தலைப்பில் வாராவாரம் போடலாம்னு நினைச்சேன்” ஏதாவது சொல்ல வேண்டுமே என்பதற்காகச் சொன்னான் சிவா.

“அதுவும் நல்லாத்தான் இருக்கும்! ஆனா, அதே நடிகர், இயக்குநர்கள் பல்வேறு பத்திரிகைகள்ல இதேமாதிரி பல பேட்டிகள் குடுத்திருப்பாங்க! அதுனால, இதுல படிக்க ஒண்ணும் புதுசா இருக்காதுன்னு மக்கள் அவாய்ட் பண்ணிரப்போறாங்க!” என்றார்.

“அப்போ என்ன சார் செய்யலாம்?” என்று சிவா அப்பாவியாகக் கேட்க,

“ஹூம்.. என் பிட்டை என்கிட்டயே போடுறியா?” என்று சிரித்துக்கொண்டே கேட்டுவிட்டு,

“மேட்டர் ரொம்பப் புதுசா இருக்கணும். அட! இது நல்லாருக்கே! ன்னு ஒவ்வொரு வாசகனும் பிரமிச்சுப் போகணும். அதே சமயத்தில் ஜனரஞ்சகமாவும் இருக்கணும். யோசிச்சுட்டு வாங்க.. *TAKE YOUR OWN TIME!* ஆனா நாளைக்கு மதியம் 2 மணிக்குள்ள எனக்கு மேட்டர் வேணும்” என்று சொல்லிவிட்டு எடிட்டர், அடுத்த வேலையைக் கவனிக்கப்போய்விட்டார்.

வெளியில் வந்து ஒரு டீயைப்போட்டுவிட்டு, கேபினுக்குள் நுழைந்து,

“ஜனரஞ்சகம், தகவல், பிரமிப்பு, புதுசு... எல்லாம் சேந்து அப்படி என்ன மேட்டர் பண்றது பூஜா? டென்ஷன் பண்றாரே நம்ம தல! அவ்வ்வ்வ்!”என்று சிவா புலம்ப,

பூஜா, டேபிளில் இருந்த அதற்கு முந்தைய வார இளங்காற்றை இலக்கில்லாமல் புரட்டிக்கொண்டிருந்தாள். அதில் அவர்களது சக பத்திரிகையாளனும், நண்பனுமான கிருஷ்ணா எடுத்த ஒரு பேட்டி வந்திருந்தது. தலைப்பு ‘திரை நம்பிக்கை’ என்று போட்டிருந்தது. பேட்டி கொடுத்தவரின் புகைப்படத்தைப் பார்த்தவுடன் தெரிந்துவிட்டது. அடுத்து என்ன செய்ய வேண்டும் என்று. விறுவிறுவென்று முழுப் பேட்டியையும் படிக்கத் துவங்கினாள்.

நாம் அன்றாட வாழ்வில் பாகவதர் காலத்து கதாநாயகர்களைப் போல் கவிநயத்தோடு உரையாடுவதுமில்லை, சிவாஜி காலத்தைப்போல் பக்கம் பக்கமாக வசனம் பேசுவதும் இல்லை. ஒரு கருத்தை முன்வைக்க

திரைப்பட துணுக்குகளையும், நம் மனம் கவர்ந்த பிரபலங்களையும் ஒப்பிட்டு மீம்ஸ் போடுவது சகஜமாகிவிட்டது.

தலையைச் சிலுப்பிக்கிட்டா ரஜினி ஆகமுடியாது!

இவனுக்கு கமல்னு நினைப்பு!

நடிப்புல சிவாஜியையே மிஞ்சிருவான்!

பொண்ணு சினேகா மாதிரியே சிரிக்கும்...

மணிரத்னம் படம் மாதிரி ஏன் வீடு இருட்டா இருக்கு?

பையன் சேது மாதிரி ஆகிட்டான்

நண்பேன்டா!

என்று நிஜ வாழ்வு நிகழ்வுகளைப் பொருத்திப்பார்த்து உதாரணம் சொல்ல சினிமாவைப் பயன்படுத்தும்போதே, அது எந்த அளவுக்கு நம்மிடம் தாக்கம் ஏற்படுத்தியிருக்கிறதென்பதை நம்மால் உணர முடியும். நம் வாழ்வில் இரண்டறக் கலந்துவிட்ட அதே சினிமாவை ஏன் நாம் நம்பிக்கையை விதைக்கப் பயன்படுத்தக்கூடாதுன்னு நான் யோசித்ததன் விளைவாகப் பிறந்ததுதான் என் பயிற்சி வகுப்புகள்.

நான் சொல்ல நினைக்கிற விஷயத்துக்குத் தொடர்புடைய திரைப்படக் காட்சியைக் கண்டுபிடிக்கிறதுதான் சிரமம். அப்படிக் கிடைச்சுட்டா, அதை வச்சு மூணு மணிநேரம் விளக்கமாச் சொல்லவேண்டிய விஷயத்தை சில நிமிடங்களில் செஞ்சுருவேன். ஏன்னா, நம்ம ஊரில் சினிமாவைக் கொஞ்சம் அதிகமாவே நேசிக்கிறோம். மாணவர்கள், இளைஞர்கள், பெண்கள்னு பொதுவா எல்லாத் தரப்புக்கும் பிடிச்ச, தெரிஞ்ச விஷயத்திலிருந்து தெரியாத விஷயத்துக்குக் கூட்டிக்கிட்டு போறதைத்தான் என் பயிற்சி முறையா வச்சிருக்கேன். இதை ஆங்கிலத்தில் *'KNOWN TO UNKNOWN'*ன்னு சொல்லுவாங்க!

பாய்ஸ் படத்தில், செந்தில், உட்கார்ந்த இடத்திலிருந்தே. தினமும் எந்தெந்தக் கோவிலில், என்ன உணவு இலவசமாக் குடுப்பாங்கன்னு தெரிஞ்சு வச்சுக்கிட்டு ரிலாக்ஸா இருப்பாரு. அதை வாங்கிட்டு வர ஆளும் வச்சிருப்பாரு ! இதைப்பத்திக் கேக்கும்போது சொல்வாரு! *"Information...Information is wealth"* அப்டீன்னு..! அதை எடுத்து தகவல் தெரிஞ்சு வச்சுக்கிறது எவ்வளவு பெரிய பலம்னு, அதை கூகுளோட ஒப்பிட்டு பயிற்சியில் சொல்லுவேன்.

இப்படி, பூவே உனக்காக, எம் மகன், ரமணா, அய்யா, திருவிளையாடல், முகவரி, வானவில்ன்னு நான் வைத்திருக்கும் சினிமாக் காட்சிகளின் பட்டியல் நீளமானது.

இப்படி, நம் திரைப்படங்கள் வாயிலாக நம் சமூகத்துக்கு நம்பிக்கை ஊட்டுவதைத்தான் என் வேலையாகச் செய்துகொண்டிருக்கிறேன்.

என்று அந்தப்பேட்டி போனது.

பூஜாவுக்கு உடனே ஒரு பொறி தட்டியது.

'அமுதன்!' அவர்களுக்கு திரைப்படங்கள் வாயிலாகவே பயிற்சி நடத்தியவர். அந்தப்பக்கத்தை எடுத்துச் சிவாவிடம் காட்டி,

சிவா! இதோ பாரேன். எடிட்டர் சொன்ன, ஜனரஞ்சகம், தகவல், பிரமிப்பு, புதுசு, இது எல்லாம் சேர்ந்து ஏதோ ஒரு மேட்டர் அமுதன் சார்க்கிட்ட கிடைக்கும்னு தோணுது. அவரைச் சந்திப்போமா? என்று கேட்டுக்கொண்டே அவர் பயிற்சியின்போது கொடுத்த விசிட்டிங் கார்டைத் தேடத் துவங்கினாள்.

◆

மறுநாள் காலையில் அமுதன் முன்னால் இருவரும் அமர்ந்திருந்தார்கள்.

விபரம் சொன்னார்கள்.

திரைப்படங்களின் காட்சியைப் பயன்படுத்தி, தன்னம்பிக்கைக் கட்டுரைகள் எழுதமுடியுமா? என்று கேட்டார்கள்.

"செய்யலாம். ஆனால், ஒரு காட்சியைப் பயிற்சி வகுப்பில் பயன்படுத்துறதுக்கும் எழுத்தில் விளக்குவதுங்கிறதுக்கும் நிறைய வித்யாசம் இருக்கு. பேசும்போது என்னால் பாவனைகள், குரல் ஏற்ற இறக்கம் மூலமா ஒரு காட்சிய சுலபமா நினைவுபடுத்திட முடியும். ஆனா எழுத்துல அதே அளவுக்கு அது இம்பாக்ட் கொடுக்கனும்னா சில நகாசு வேலைகள் செய்யணும். இது ஒரு கட்டுரைலயெல்லாம் ஆகுற காரியமில்ல. தொடரா எழுதினா நல்லாயிருக்கும். ஒரு நாள் பயிற்சிய உங்களுக்கு இலகுவாக்கவே நான் நிறைய மெனக்கட வேண்டியிருக்கு. புத்தகங்கள் படிச்சு, குறிப்புகள் எடுத்து அதை ஒரு சினிமாக் காட்சியோட பொருத்த வேலைப்பளுயில்லாத சூழல் வேனும். அதனால என்னால எழுத நேரம் ஒதுக்க முடியுமான்னு தெரியலையே!" என்றார்.

பரவாயில்ல சார்! நீங்க விபரத்தை மட்டும் சொல்லுங்க! நாங்க அதைக் கட்டுரையா எழுதுறோம் என்று சிவா சொல்ல,

'சூப்பர்! அப்ப எனக்கு ரொம்ப ஈஸி! நானும் இதுமாதிரி ஏதாவது செய்யணும்னுதான் நினைச்சுக்கிட்டிருந்தேன். ரொம்ப நல்லதாப் போச்சு! ஒரு விஷயம் வச்சிருக்கேன். இதைச் செய்யலாமான்னு பாருங்க!' என்று ஆரம்பித்தார்.

சுரேகா 9

‘சொல்லுங்க சார்!’ என்று பூஜா ஆவலுடன் கேட்க,

‘இப்ப சமீபத்துல. நகைச்சுவை நடிகர் வடிவேலு ஃப்ரெண்ட்ஸ் படத்தில் நடிச்ச நேசமணிங்கிற கேரக்டர் தலையில சுத்தியல் விழும் சீன் ட்விட்டர்ல ட்ரெண்டாகி உலக அளவில் பெரிய பிரபலம் ஆகிடுச்சு! அந்த சமயத்தில் தோன்றின ஐடியாவத்தான் இப்ப சொல்லப்போறேன்.’

‘என்ன ஐடியா சார்?’

‘உங்களுக்கு வடிவேலுவைப் பிடிக்குமா?’

‘சார்..! ரொம்பப் பிடிக்கும்... ! அவரைப் பிடிக்காதவங்க யாராச்சும் உண்டா? தமிழ்த் திரைப்பட வரலாற்றில், நகைச்சுவைக்கு தனக்குன்னு ஒரு பாணியைக் கையாண்டு, உடல் மொழிலயும் ஒரு முத்திரையைப் பதிச்ச ஒரு சிறந்த நடிகர்! அவர் படங்கள்ல சொன்ன பல வசனங்களை இன்னிக்கு சின்னப் பசங்கள்லேர்ந்து பெரியவங்க வரைக்கும் பேசுறாங்க சார். கூட்டத்துல ஒருத்தருக்கு பெரிய சென்ஸ் ஆஃப் ஹ்யூமர் இல்லைன்னா அது இப்ப ஒரு பெரிய பிரச்னையே இல்ல. நாலு வடிவேலு டையலாக்க நடுநடுவுல எடுத்து விட்டா போதும். அவரைச் சுத்தி இருக்குற இறுக்கத்த அசால்டா தளர்த்தி ஜோதில ஐக்கியம் ஆகிடலாம்.!’

‘வெரிகுட்! அவரப் பத்திப் பேசினதுமே சப்கான்சியஸாவே உங்க பேச்சு மாறுறத உணர்றீங்களா? எனக்கும் அதே வைப்ரேஷன்தான். பொதுவா நீங்க அவரோட எந்தெந்த வசனங்களைப் பயன்படுத்தியிருக்கீங்க?’ என்று இருவரையும் பார்த்துக் கேட்டார். உடனே சிவா, “சார்! நான்லாம் வடிவேலு டயலாக்கைப் பயன்படுத்தாத நாளே இல்லை! இப்பகூட வரும்போது, சிக்னல்ல, ஒரு டிராஃபிக் போலீஸ் எங்களை நோக்கி வர்றதப் பார்த்து ஜெர்க் ஆகி நான் ‘வந்துட்டான்யா.. வந்துட்டான்யா!’னு சொன்னேன் என்று பூஜாவின் ஒப்புதலையும் கேட்பதுபோல் அவள் பக்கம் பார்த்தான்.

பூஜா “ஆமா சார். எங்க வீட்டில், அடிக்கடி கல்யாணப் பேச்சை எடுப்பாங்க! அப்ப என் மைண்ட் ‘வாய்ஸ்’ நல்லாக் கிளப்புறாங்கய்யா பீதிய’னு அவர் குரல்லதான் கேட்கும்” என்றாள்.

‘இதான்.. இதான் மேட்டர்! வடிவேலு பல திரைப்படங்களில் சொன்ன வசனங்கள் நம்ம மனசில் நிக்குது. இதைப் பயன்படுத்தி, ஒவ்வொரு வசனத்துக்குள்ளாரயும் என்னன்ன மேலாண்மைத் தத்துவம் அடங்கியிருக்குன்னு சொல்றதுதான் என் நோக்கம்! முதல்ல வடிவேலு மேலாண்மைன்னு தலைப்பு வைக்கலாம்னு நினைச்சேன். அவர் நடிச்ச நேசமணி பாத்திரம் ரொம்ப ஃபேமஸ் ஆனதால, ‘நேசமணி தத்துவங்கள்ங்கி’ற தலைப்பை யோசிச்சு வச்சிருக்கேன். உங்க கருத்து என்ன?

‘வாவ்!’ என்று இருவரும் ஒரே சமயத்தில் கூச்சலிட்டனர். அமுதனின் கையைப் பிடித்துக் குலுக்கினர்.

“கலக்கல் சார்! எங்க எடிட்டர் கேட்ட அத்தனை சாராம்சமும் இதில் கிடைக்கும். நீங்க சொல்லுங்க சார்! இப்பவே ரெக்கார்ட் பண்ணிக்கிறோம்” என்று பரபரத்தனர்.

“உங்க எடிட்டர்க்கிட்டயும் ஒரு ஒப்புதல் வாங்கிக்கிட்டு வாங்க! உடனே ஆரம்பிச்சுடலாம்” என்று அமுதன் அன்புக் கட்டளையிட்டார்.

“ஷ்யூர் சார்! இப்பவே போறோம். அவர் எங்களைவிட ரொம்ப சந்தோஷப்படுவாரு!” என்று சொன்னதுதான் தாமதம்,

எடிட்டர் அறையில் நின்றார்கள்.

கணேசமூர்த்தி, வடிவேலுவின் வார்த்தையுடனேயே பாராட்டத் துவங்கினார். அக்ககா! இதான்.... இதைத்தான் எதிர்பார்த்தேன். உடனே துவங்குங்க! இந்த வாரமே விளம்பரம் குடுத்துர்றேன். அமுதனை காண்ட்டாக்ட் செஞ்சு மத்த ஃபார்மாலிட்டீஸை பாத்துக்குறேன். ‘நேசமணி தத்துவங்கள்!’ டைட்டிலே நல்லா இருக்கே.! முதல் கட்டுரையைப் படிக்க, நானே ஆவலோட எதிர்பார்த்துக்கிட்டிருக்கேன். தூள் கிளப்புங்க! என்று குதூகலித்தார்.

◆

விறுவிறுவென்று வேலைகள் நடந்தன. அடுத்த இரண்டு நாட்களில் அமுதனைச் சந்தித்து முதல் வாரம் ஒரு அறிமுகம் கொடுப்பது எனவும், அடுத்த வாரம் முதல் வசனங்கள் வரும் என்றும் முடிவெடுத்து, அறிமுகத்தை அமுதனே எழுதிக்கொடுத்தார். முதல் வார அறிமுகம் மிகவும் எளிமையாக , அமுதனைப்பற்றிய குறிப்புடன் வந்தது.

அந்த அறிமுகம் சொன்னது இதுதான்:

வடிவேலு என்ற நகைச்சுவைக் கலைஞர், தமிழ்த் திரைப்பட வரலாற்றில் மிகப்பெரிய இடத்தைப் பிடித்திருக்கிறார். அவர் ஒரு சாதாரண நிலையிலிருந்து, தன் திறமையால் முன்னேறி தன்னம்பிக்கைக்கு முன்னுதாரணமாகத் திகழ்கிறார்.

தனது இயல்பான நடிப்பாலும், மதுரைத் தமிழாலும், உடல் மொழியாலும் சிறு குழந்தைகள் முதல் வயதான மனிதர்கள் வரை அனைவரின் மகிழ்ச்சிக்கு உத்திரவாதம் அளித்து, அவர்களின் நிலையான அன்பைப் பெற்றிருக்கிறார். அத்தகைய கலைஞன் பல்வேறு திரைப்படங்களில் பேசிய வசனங்களை, அன்றாட வாழ்வில், நம் எல்லோரும் இயல்பாகப் பயன்படுத்தி வருகிறோம்.

அப்படி நாம் அந்த வசனங்களைப் பயன்படுத்தும் சந்தர்ப்பங்கள்தான் என்னை ஈர்த்தது. இணைய வெளியில், சமூக வலைத்தளங்களில், சரியான இடங்களில் அவரது ஒரு வசனம் பல்வேறு அர்த்தங்களைப் புரிய வைக்கிறது. இதை ஏன் நாம் நமது பயிற்சிக்குப் பயன்படுத்தக்கூடாது என்று சிந்தித்து, அதற்கேற்றாற்போல் சில வடிவேலு வசனங்களை எடுத்துக்கொண்டு, சில நிறுவனங்களிலும், கல்லூரிகளிலும் பயிற்சிகள் எடுத்தேன். அது மிகப்பெரிய வரவேற்பையும், அங்கீகாரத்தையும் பெற்றது.

அந்த வகையில், திரைப்படங்கள் சமூகத்தைக் கெடுக்கின்றன என்று ஒரு தரப்பு சொல்லிக்கொண்டிருக்க, இதிலிருக்கும் மேலாண்மைக் கருத்துக்களை பற்றிச் சிந்தித்தால் என்ன என்று யோசித்ததன் விளைவுதான் இந்தத் தொடருக்கு அடிப்படை! இதற்கு முன்னோடியாக, சூப்பர் ஸ்டார் ரஜினிகாந்த் அவர்களின் வசனங்களைக் கொண்டு 'பஞ்ச் தந்திரம்' என்ற பெயரில் மூத்த பயிற்சியாளரும், நடிகருமான திரு.கிட்டி என்கிற ராஜா கிருஷ்ணமூர்த்தி அவர்கள் ஒரு புத்தகம் எழுதியுள்ளார். அதைப்போல், வடிவேலு வசனங்களைக்கொண்டு உருவாக்கப்பட்ட இந்தத் தொடருக்கு ஆதரவளிப்பீர்கள் என்று நம்புகிறேன். இதில் நிர்வாக மேலாண்மை மட்டுமன்றி, வாழ்வியல் மேலாண்மை குறித்தும் பகிர்ந்து கொள்ளப்போகிறோம். அதற்குள் நமது சமூகம், தனிமனித குணங்கள் ஆகியவற்றின் மேலாண்மையும் அடங்கும். ஆக, வடிவேலு அவர்களின் எண்ணற்ற வசனங்களிலிருந்து, குறிப்பிட்ட சில வசனங்கள் மூலம் உங்கள் மனங்களை வந்தடையும் முயற்சிதான் இது! உங்கள் வெளிப்படையான கருத்துக்களை அளித்து உதவுமாறு கேட்டுக்கொள்கிறேன்.

என்று எழுதிக்கொடுத்தான். அதுவும் அச்சேறி எதிர்பார்ப்பை எகிற வைத்தது.

அடுத்த வாரத்துக்கான மேட்டரை வாங்கிக்கொண்டு வந்து, செம்மைப்படுத்தி எழுதி, அது அச்சேறுவதைக் காண பூஜாவும், சிவாவும் ஆவலாக இருந்தனர்.

வடிவேலு என்ற அந்த மாபெரும் கலைஞனின் திரைப்பட வசனங்கள் மூலம் சொல்லப்போகும் மேலாண்மைத் தத்துவங்களைப் படிக்க உங்களைப்போலவே அனைவரும் காத்திருந்தனர்.

நேசமணி தத்துவங்கள் முதல் கட்டுரை வெளிவந்தது.

தன் வார்த்தைகள் அச்சிலேறி ஒரு தொடராக வெளிவருவதைப் பார்த்து அமுதன் மகிழ்ச்சியுடன் படிக்க ஆரம்பித்தான்.

ஆணியே பிடுங்கவேணாம்!

சுத்தியல் தலையில் விழுவதற்கு சற்றுமுன், காண்ட்ராக்டர் நேசமணி, கோபத்தில் உச்சிக்கே சென்று சொன்ன "ஆணியே பிடுங்க வேணாம்" என்ற வார்த்தை தான் வடிவேலு வசனங்களில் அதிகம் பயன்படுத்தப்பட்டதாக இருக்கும். அதுவும் தகவல் தொழில்நுட்பம் எனும் ஐ.டி துறையில் வேலைபார்க்கும் இளைஞர்களிடையே மிகவும் பிரபலமான சொல்லாடல் இதுவாகத்தான் இருக்கமுடியும்.

1

ஒரு வேலையைச் செய்யவேண்டாம். அதுவும் 'நீ செய்ய வேண்டாம் என்று சொல்வதற்கு இதனை விளையாட்டாகப் பயன்படுத்தி வருகிறோம். இதில் ஆணி என்பது வேலையாகப் பார்க்கப்படுகிறது. இன்னும் கொஞ்சம் ஆழமாகச் சிந்தித்தால், ஆணியே பிடுங்கவேண்டாம். என்பதை ஒரு மேலாண்மைத் தத்துவமாகவே எடுத்துக்கொள்ளலாம்.

ஆணியே பிடுங்கவேண்டாம் என்றால், தெரியாத வேலையைச் செய்யவேண்டாம் என்று எடுத்துக்கொள்ள வேண்டும்.

பொதுவாக, நிறுவனங்களில், புதிதாக வேலைக்குச் சேருபவர்களின் குணம் என்று ஒன்று இருக்கிறது. அதில் மிகவும் முக்கியமானது - தனக்குத் தெரியாத வேலையைக் கூடத் தெரிந்ததாகக் காட்டிக்கொண்டு செய்ய முயல்வது. பின்னர் அதில் தோற்றுப்போவது.

இதில் இரண்டு நிகழ்வுகள் நடைபெறும். ஒன்று, தப்பித்தவறி, செய்த வேலை சிறப்பாக அமைந்துவிட்டால், அதனைத் திரும்பத் திரும்பச் செய்யவைத்து மாட்டிவிடுவார்கள்.

இரண்டு, அந்த வேலையில் சொதப்பிவிட்டால் ஒன்றுமே தெரியாது என்று மட்டப்படுத்திவிடுவார்கள்.

ஆனால், இங்கு பொதுவாக உள்ள மனநிலை என்னவென்றால், ஒரு வேலையைத் தெரியாது என்று சொல்லிவிட்டால், நம்மைப்பற்றிக் குறைவாக மதிப்பிட்டு விடுவார்களோ என்று எண்ணுவதுதான்!

அப்படிச் செய்யப்போய், அரைகுறையாகச் செய்து, அதில் தோல்வியும் காணும்போது, அடுத்ததாக அதே வேலையைக் கொடுக்க மேலதிகாரி நிச்சயம் தயங்குவார். அப்போது அவரிடம் நான் செய்து பார்க்கிறேன் சார் என்று கேட்டால், அவர் சொல்லும் முதல் வார்த்தை இதுவாகத்தான் இருக்கும். "ஆணியே பிடுங்க வேண்டாம்!"

அப்படியெனில், நமக்குத் தெரியாத வேலையைச் செய்யவே கூடாதா என்று கேட்டால், "செய்யலாம்" ஆனா அதற்கு சில வழிமுறைகளைப் பின்பற்றவேண்டும்.

ஒன்று:

நமக்குத் தெரியாத வேலை ஒன்று நம்மிடம் கொடுக்கப்பட்டால், முதலில், அந்த வேலையைப்பற்றி நமக்கு எந்த அளவுக்குத் தெரியும் என்பதைப் பற்றி மேலதிகாரியிடம் தெளிவாக எடுத்துச்சொல்ல வேண்டும்.

இரண்டு:

அதையும் மீறி, பரவாயில்லை. செய்யுங்கள் என்று அவர் சொன்னால், அதைக் கற்றுக்கொள்வதற்கு நேரம் கேட்கலாம். அந்த வேலையைக் கற்றுக்கொள்ள முழுமையான முயற்சிகள் மேற்கொள்ளலாம்.

மூன்று:

கற்றுக்கொள்ள நேரம் கிடைக்காத பட்சத்தில், யாருக்கு அந்த வேலையைப்பற்றி அதிகம் தெரியுமோ அவர்களின் ஆலோசனையின் பேரில் செய்வது இன்னும் சிறப்பாக அமையும்.

உதாரணத்துக்கு, இந்தக் கட்டுரை உருவான கதையே சுவாரஸ்யமானதுதான். இளங்காற்று பத்திரிகையின் ஆசிரியர் ஒரு

ஜனரஞ்சகமான தொடர் வேண்டும் என்று பத்திரிகையாளர்கள் பூஜா மற்றும் சிவாவிடம் கேட்டதும், தாங்களே செய்துபார்ப்போம் என்று நேரத்தை விரயம் செய்யாமல், இதைச் செய்ய என்னுடைய பழைய பேட்டியிலிருந்தே விஷயத்தை எடுத்து, என்னை அணுகி, இதோ இந்தக் கட்டுரையை நீங்கள் வாசித்துக்கொண்டிருக்கிறீர்கள். இதில் அவர்கள் ஆணியை என்னை வைத்துப் பிடுங்கியிருக்கிறார்கள்.

அதே சமயத்தில், நாங்களே செய்கிறோம் என்று இறங்கி, நேரத்தை விரயம் செய்திருந்தால், ஆசிரியர் நிச்சயம் அவர்களுக்கு அடுத்த புதிய வேலையைக் கொடுக்க விரும்பமாட்டார். அப்படி அவர்கள் கேட்டாலும் அவர் சொல்லும் பதில் இதுவாகத்தான் இருக்கும். உள்ள வேலையப் பாருங்க! ஆணியே பிடுங்க வேண்டாம்!

ஆக, ஒரு வேலையில் புதிதாகச் சேரும்போது, அங்கு கொடுக்கப்படும் அனைத்து வேலைகளும் தெரிந்திருக்கும் என்று சொல்ல முடியாது. ஆனால், நாம் எந்த அளவுக்கு அதனைக் கற்றுக்கொண்டு செயல்படுகிறோம் என்பதுதான் முக்கியம்.

சில இடங்களில் அவசரப்பட்டு, தெரியாத வேலையைச் செய்வதாக ஒத்துக்கொண்டாலும், அதனை ஈடுபாட்டுடன், நற்பெயர் எடுக்கவேண்டுமே என்ற ஆர்வக்கோளாறு இல்லாமல் நேர்த்தியாக முடிக்கவேண்டுமே என்று செயல்பட்டால், அதுவே நமது ஆர்வத்துக்குச் சரியான வடிகாலாக அமைந்து, நாம் வேலையைச் சிறப்பாகச் செய்ய முயல்கிறோம் என்ற நோக்கமே நமக்கு உரிய நற்பெயரை வாங்கித் தந்துவிடும்.

ஆனால், ஆணியே பிடுங்கவேண்டாம் என்பதை வேலையே செய்யவேண்டாம் என்று எடுத்துக்கொண்டால் இன்னும் ஆபத்து! இது ஒரு நிறுவனத்தில் தனி மனிதனின் வளர்ச்சியையும், நிறுவனத்தின் வளர்ச்சியையும் சேர்த்து பாதிக்கும்.

இந்த வார்த்தையைத் தொழில்முனைவோரும் பயன்படுத்தலாம். தமிழில் ஒரு பழமொழி உண்டு. "தெரியாத தொழிலைத் தொட்டவனும் கெட்டான். தெரிஞ்ச தொழிலை விட்டவனும் கெட்டான்." அதுபோல், அடுத்தவர்கள் செய்கிறார்கள் என்ற ஒரே காரணத்துக்காக, தனக்குக் கொஞ்சம்கூடத் தெரியாத தொழிலை எடுத்துச் செய்பவர்கள் நிறைய இருக்கிறார்கள். இது தவறான அணுகுமுறை. உண்மையில் அந்தத் தொழிலைத்தான் செய்யவேண்டும் என்று முடிவெடுத்தால், அதனைப்

பற்றி நன்கு தெரிந்துகொண்டு, பிறகு இறங்கினால் நன்றாக இருக்கும். இல்லையென்றால், கையைச்சுட்டுக்கொண்ட பிறகு, ஆணியே பிடுங்கியிருக்கவேண்டாமோ என்று தோன்றும்.

ஆணியே பிடுங்கவேண்டாம். என்பதை இன்னொரு விஷயத்துக்கும் எடுத்துக்கொள்ளலாம். அடுத்தவர் வேலையில் தேவையில்லாமல் தலையிடவேண்டாம் என்பதையும் கவனத்தில் கொள்ளவேண்டும். ஒருவரது அனுமதியோ, விருப்பமோ இல்லாமல், அவரது வேலையில் தலையிடுவது, நமக்கே ஆபத்தை விளைவித்துவிடும். நம்மில் சிலர், அடுத்தவருக்கு உதவி செய்வதாக எண்ணிக்கொண்டு, அதீதமாகச் செயல்பட, அது பிரச்னையில் சென்று முடியும். ஒரு படத்தில் வடிவேலுவே, சீட்டு விளையாடிக்கொண்டிருப்பவர்களுக்கு உதவுவதாகக் காட்டிக்கொண்டு, அவர்களை முழுமையாகத் தோற்றுப்போக வைத்துவிடுவார். அப்புறம்தான் தெரியும், வடிவேலுவுக்குச் சீட்டு விளையாடவே தெரியாது என்று..!! அதுபோல்தான், நமக்கு முழுமையாகத் தெரியாத பட்சத்தில், அடுத்தவருக்கு உதவுகிறேன் என்று அவர்களை இன்னும் அதிகச் சிக்கலில் இழுத்துவிட்டுவிடக்கூடாது.

ஒருமுறை இதுபோன்று ஒரு தவறு நிகழ்ந்துவிட்டால், அடுத்தமுறை அவர்களுக்கு நம் உதவி உண்மையிலேயே தேவையாக இருந்தால்கூட, "ஏன் அவரை இந்த வேலைக்குக் கூப்பிடணும்? ஆணியே பிடுங்கவேண்டாம்" என்று முடிவுக்கு வந்துவிடுவார்கள்.

தெரிந்த வேலையைப் பொறுப்பாகச் செய்ய வேண்டும். அதேநேரத்தில் தெரியாத வேலையை ஆர்வக்கோளாறுடன் அணுகாமல், புத்திசாலித்தனமாக அணுகி, அதனைச் சிறப்பாக முடித்து நற்பெயர் எடுக்கத் தெரிந்திருக்க வேண்டும். இதைத்தான் வடிவேலுவின் இந்த வார்த்தை நிர்வாகத்திறனாகக் கற்றுக்கொடுக்கிறது.

அதேபோல், ஒருவரை வேலைக்குத் தேர்ந்தெடுக்கும்போதும், நன்கு ஆராய்ந்து தேர்ந்தெடுக்க வேண்டும். அதற்கு அவர் பொருத்தமில்லாதவர் என்பதைப் பின்னர் தெரிந்துகொண்டு வருத்தப்படக்கூடாது. இதைத்தான் வள்ளுவப்பேராசான் கூட,

"தேரான் தெளிவும் தெளிந்தான்கண் ஐயுறவும்

தீரா இடும்பை தரும்."

என்று எளிமையாகச் சொல்லியிருக்கிறார்.

மேலும் நமது சமூக வாழ்க்கையை எடுத்துக்கொண்டால், அடுத்தவர் விஷயத்தில் தேவையில்லாமல் மூக்கை நுழைப்பது, முழுமையான சூழல் தெரியாமல், அரைகுறையாக, ஒரு பிரச்னைக்குள் நுழைவது, இவை முடிவில் "ஆணியே பிடுங்கியிருக்க வேண்டாமோ? என்ற எண்ணத்தை உருவாக்கிவிடும். ஆனால், சிந்தித்து, நிச்சயம் செய்யலாம்.

முடியும் என்ற நம்பிக்கை இருந்தால், அந்த ஆணியை அநாயாசமாகப் பிடுங்கலாம். தவறே இல்லை.

அதேபோல் குடும்ப வாழ்க்கையில், மற்ற உறவினர்களிடம் நற்பெயர் எடுக்கிறேன் பேர்வழி என்று முடியாத வேலையை இழுத்துவிட்டுக் கொள்வது நம் நிம்மதியைக் குத்தகைக்கு எடுத்துவிடும். நிறைய இடங்களில் நமக்குச் சம்பந்தமே இல்லாத ஒரு செயலை, அதன் முழுத்தன்மையையும் அறிந்துகொள்ளாமல் செய்யத் துவங்கும்போது, அது நமக்கு எதிராகப் போவதற்கான வாய்ப்புகள் அதிகம். இதில், யாருக்கு உதவி செய்ய நாம் நினைத்தோமோ, அவர்கள்தான் நமக்கு முதல் எதிரியாக மாறி நிற்பார்கள். பின்னர் உறவினர்கள் மத்தியில் "உதவி செய்யலைன்னாலும் பரவாயில்லை. உபத்திரவம் செய்யாம இருக்கலாம்" என்று வசை வாங்க வேண்டியிருக்கும். அப்போது தோன்றும்.. ஆணியே பிடுங்கியிருக்க வேண்டாமோ என்று!

பொதுவாக, "கேளுங்கள் தரப்படும்" என்றுதான் ஏசுநாதாரே கூறியிருக்கிறார். நம்மிடம் யாராவது ஒரு வேலையையோ, உதவியையோ கேட்டால், அதற்கேற்றார்போல் உதவினால் கவலையே இல்லை. சம்மன் இல்லாமல் ஆஜராவது என்பார்கள். அப்படி ஆகிவிட்டால், அதன் எல்லாத் தவறுகளும் நம் மீதுதான் போடப்படும். யாருமே கேட்காமல், நாமாக வலியச் சென்று உதவும் வேளையில் அந்த வேலையை நம்மால் முடிக்கமுடியும் என்ற முழு நம்பிக்கையுடன் செயல்பட்டால், நிச்சயம் பிரச்னை வராது. ஆனால் ஆர்வக்கோளாறுடன் இறங்கி, அதிலும் சொதப்பினால்... சம்பந்தப்பட்டவர்களே நம்மைப்பார்த்து, "நான் உன்கிட்ட கேட்டேனா?" என்றுதான் பேசத் துவங்குவார்கள். அப்போது, ஏண்டா இந்த ஆணியைப் பிடுங்க முயற்சித்தோம் என்று தோன்றும்.

ஆணியே பிடுங்கவேண்டாம் என்ற சொற்றொடருக்குப் பின்னால் பொதிந்துகிடக்கும் தத்துவத்தை இப்படிப் பார்க்கலாம். ஒரு வேலையின் முழுத்தன்மையையும் தெரிந்துகொண்ட பிறகு அதைச் செய்யலாம். தவறில்லை. ஆனால், அதை அரைகுறையாகச் செய்வது ஆபத்து. முக்கியமாக அடிப்படையில், இது உண்மையிலேயே பிடுங்க வேண்டிய ஆணியா என்பதைத் தெரிந்துகொண்டு செயல்பட்டால் போதும். ஏனெனில் நாம் அனாவசிய வேலைகளைச் செய்துகொண்டிருப்பதால்தான் அவசிய வேலைகளில் கோட்டை விட நேர்கிறது.

சுரேகா 17

ஆகவே அடுத்த வாரம் வரை, ஒவ்வொரு முறையும், உங்களை நோக்கி ஒரு வேலை வரும்போது, இதைச் செய்து முடிக்க நம்மால் இயலுமா? என்ற கேள்வியை உங்களை நீங்களே கேட்டுப் பார்த்துக்கொள்ளும்போது முடியும் என்ற நம்பிக்கை உங்களுக்கு வந்துவிட்டால், அதை எப்படிச் செயல்படுத்தப்போகிறோம் என்பது பற்றிய வழிமுறைகளைத் தெரிந்துகொண்டு, "இந்த ஆணியைப் பிடுங்கலாமா?" என்று விழிப்புணர்வுடன் சிந்தித்து முடிவெடுங்கள். வெற்றி நிச்சயம்.

படித்து முடித்துவிட்டு, அமுதன் உடனே, சிவாவை அழைத்தான்.

"சிவா! சூப்பரா இருக்கு! நான் சொன்னதை இன்னும் மெருகேத்தி சிறப்பா எழுதியிருக்கீங்க! பூஜாவுக்கும் என் நன்றியைச் சொல்லிடுங்க!"

"நாங்கதான் சார் உங்களுக்கு நன்றி சொல்லணும். நம்ம தொடருக்கு செம ரெஸ்பான்ஸ். பல இடங்கள்லேருந்து, ஃபோனும், இமெயிலும் வந்துக்கிட்டே இருக்கு! ஒரு வித்தியாசமான கண்டெண்ட்டை யோசிச்சு, எங்களுக்கு உதவி பண்ணியிருக்கீங்க!"

"அப்போ, நாம ஆணியைச் சரியாதான் பிடுங்கியிருக்கோம்னு சொல்றீங்க! என்று அமுதன் சொல்ல,

சிரித்துக்கொண்டே சிவா தொடர்ந்தான். "ஆமா சார்! அப்புறம்.. அடுத்த 2 வாரங்களுக்கான மேட்டரை இன்னிக்கு ஈவனிங் வந்து எடுத்துக்கலாமா சார்!"

"நிச்சயமா!" என்று அமுதன் ஃபோனை வைக்க,

அந்தப்பக்கம் சிவா போனை கட் செய்துவிட்டு, எழுந்தான். அப்போது மூத்த பத்திரிகையாளர் மாசிலாமணி, அவனை நோக்கி வந்தார். எளிதில் யாரையும் பாராட்டாத மனிதர் அவர்!

"என்னய்யா சிவா! நீயும் பூஜாவும் சேந்து, ஒரு ஆணியை ஆலமரமா ஆக்கிட்டீங்க! நான் ஆரம்பத்தில் செஞ்ச தவறுகள் என்னன்னு எனக்கு இப்போ தெளிவா தெரியுது! முன்னெல்லாம், ஒரு வேலையைத் தெரியாதுன்னு சொன்னா, கௌரவக்குறைச்சல்னு நினைச்சுக்கிட்டு செய்யறதா ஒத்துக்குவேன். அப்புறம் அதைச் செய்யமுடியாம கேவலப்படுவேன். அது தப்புன்னு புரிஞ்சுக்கிட்டேன். இப்பவும், ஒரு விஷயத்தைப் பற்றி முழுசாத் தெரியாம அதில் அவசரப்பட்டு இறங்கக்கூடாதுன்னு கத்துக்கிட்டேன். கட்டுரை நல்லாருக்கு... கீப் இட் அப்!" என்றார்.

'வசிஷ்டர் வாயால் பிரம்ம ரிஷி' என்று நினைத்துக்கொண்டான்.

இந்த பார்டரைத் தாண்டி நீயும் வரக்கூடாது...நானும் வர மாட்டேன்...

'அடுத்து என்ன டயலாக் சார்' என்று ஆர்வமாகப் பூஜா கேட்டாள்.

''சொல்றேன் பூஜா!'' அடுத்த ரெண்டு டயலாக்குக்கான மேட்டரை இன்னிக்கே பாத்துறலாம் என்றான் அமுதன்.

அமுதனின் அலுவலகக் காஃபியை அருந்திவிட்டு, பூஜாவும், சிவாவும் அமுதன் சொல்வதைப் பதிவுசெய்யத் தயாரானார்கள்.

அமுதன் துவங்கினான்.

2

"இந்த இடத்தில், இன்னொரு விஷயத்தையும் சொல்ல விரும்புறேன். நான் கட்டுரைக்கான விஷயங்களைப் பற்றிப் பேசும்போது அதைப்பற்றிய உங்கள் கருத்துக்களையும் என்னுடன் பகிர்ந்துக்குங்க! அது இன்னும் தொடருக்கு நிறையத் தகவல்களைக் கொண்டுவரும். உங்களோட டிஸ்கஸ் பண்ணி பேசும்போது எனக்கும் நான் சிந்திச்ச விஷயங்கள் சரிதானான்னு செக் பண்ணிக்க வசதியா இருக்கும்."

"ஓ.. எஸ் சார்! நீங்க நல்லா சொல்லிக்கொண்டே வரும்போது, ஏன் குறுக்கிடணும்னுதான் "ஆணியே பிடுங்கவேணாம்னு இருந்தோம். நீங்க சொல்லிட்டீங்கள்ல, இனிமே பாருங்க!" என்றான் சிவா!

சிரித்துக்கொண்டே அமுதன்,

"நாம் அடுத்து பார்க்கப்போகும் வசனம்..

"இந்த பார்டரைத் தாண்டி நீயும் வரக்கூடாது. நானும் வரமாட்டேன்.

*KNOW YOUR LIMITS*ன்னு ஆங்கிலத்தில் சொல்வாங்க!

உங்கள் வேலையின் தன்மை அறிந்து, அந்த அதிகார வரம்புக்குள் "சிறப்பாகச் செயல்படுங்கள். மற்றவர்களுக்கு உரிய இடத்தையும் மரியாதையையும் அளியுங்கள். இதுதான் இந்த வசனத்திலிருந்து நாம் கத்துக்கப்போகும் மேலாண்மை யுக்தி!

ஆணியே பிடுங்க வேணாமிற்குப் பிறகு நாம் பார்க்கவேண்டிய முக்கியமான வார்த்தை இதுதான்!

பொதுவா ஒரு நிறுவனத்தில், பல்வேறு நிலைகளில் அதிகாரிகள் நியமிக்கப்பட்டிருப்பாங்க! ஒரு பொது மேலாளர், துணைமேலாளர், துறை மேலாளர்கள், கண்காணிப்பாளர்கள், அதற்குக் கீழ் உள்ள அந்தத்தத் துறை ஊழியர்கள்ன்னு ஒரு வரிசை இருக்கும். அந்த வரிசைப்படி வேலை பார்த்தா தப்பே இல்லை. ஆனால், பல நிறுவனங்களில், தன் அதிகாரத்தை வரம்பை மீறி ரொம்ப அதிகமாகப் பயன்படுத்துறது.. அல்லது தனது அதிகாரம் என்னன்னே தெரியாம இருக்கிறதுன்னு ஒரு குழப்பமான மனநிலைல பலரும் வேலைபார்க்குறதாலதான் பல்வேறு நிறுவன அரசியல்கள் அரங்கேறுது!

இன்னும் கொஞ்சம் ஆழமாப் பார்த்தா, ஒரு அதிகாரி தனக்குக் கீழுள்ள அடுத்தகட்ட அலுவலரிடம் தன் கருத்துக்களைப் பகிர்ந்துக்காம, அவர் எடுக்கவேண்டிய முடிவையும் சேர்த்துத் தானே எடுத்துருவார். குறிப்பா, தனக்குப்பிடிச்ச ஆட்கள், பிடிக்காத ஆட்கள்ன்னு வகைப்படுத்தி, அந்த அடிப்படையிலேயே முடிவுகளை எடுக்குறது, அந்த நிறுவனத்தின் வளர்ச்சியை மொத்தமா பாதிக்கும். இந்த மாதிரி அந்த நிர்வாக வரிசையை மதிக்காம இருக்கும் அதிகாரிகளை விரைவில் நிறுவனமே வீட்டுக்கு அனுப்பிடும்.

இந்த எல்லைக்கோட்டைத் தாண்டி நீயும் வரக்கூடாது. நானும் வரமாட்டேனோட இன்னோரு முக்கியக் கருத்து என்னன்னா, வேலையைப் பகிர்ந்துக்கிட்டாத்தான் முன்னேறமுடியும்கிறதையும் அது வலியுறுத்துது. ரிலே ரேஸ் கேள்விப்பட்டிருப்பீங்க! அஞ்சல் ஓட்டம்னு சொல்லுவாங்க! ஒரு ஓட்டப்பந்தய வீரர், ஒரு கோலை எடுத்துக்கிட்டு, ஓடி வந்து, அடுத்த வீரரிடம் கொடுப்பார். அவர் அதைக்கொண்டுபோய் இன்னொரு வீரரிடம் கொடுப்பார். இப்படி நான்கு வீரர்களும் தொடர்ச்சியா ஓடி, மொத்த மைதானத்தை எவ்வளவு வேகமாக் கடந்து வராங்களோ அவர்கள்தான் வெற்றியாளர்கள். இதை அப்படியே நிறுவனத்தோட செயல்பாட்டோடயும் ஒப்பிடலாம்.

தன் வேலையைச் சிறப்பா செஞ்சு, அடுத்த கட்ட அதிகாரிக்கு அதை ஒப்படைச்சா, வேலையோட தன்மை முழுமையா வெளில வரும். அதே நேரத்தில், அடுத்த அதிகாரிக்கு முக்கியத்துவம் கொடுக்காம, அந்த வேலையையும் ஓவர்லுக் செஞ்சு தானே முடிக்கணும்னு உட்கார்ந்திருந்தா, இவருக்கான அடுத்த வேலைகள் தாமதப்படும். இப்போ, அஞ்சல் ஓட்டத்தில், நல்லா ஓடுற ஒரு வீரர், அடுத்த வீரரிடம் கோலைக் கொடுக்காமல் தானே ஓடி முடிக்கிறேன்னு முயற்சி பண்ணினா, அது அந்த விளையாட்டோட அடிப்படையையே மாத்திரும். அது மாதிரிதான், ஒரு நிறுவனத்தில் தன் எல்லை எதுன்னு தெரியாம எல்லா வேலையும் என் மேற்பார்வைலதான் நடக்கணும்னு நினைக்கிறது!

இதை இப்படி வரிசைப்படுத்தலாம்.

- **ஒரு அதிகாரியாக உங்கள் எல்லை என்ன என்பதைத் தெரிந்துவைத்துக்கொள்ளுங்கள்.**
- **உங்கள் ஊழியர்களிடம் உங்கள் கட்டுப்பாடு எல்லை மீறாமல் பார்த்துக்கொள்ளுங்கள். அவர்கள் வேலை செய்ய வழிகாட்டுங்கள். அவர்கள் வேலையைச் செய்துகாட்டுகிறேன் பேர்வழி என்று நீங்களே அதைச் செய்து அவர்களை எதிரியாக்கிக்கொள்ளாதீர்கள்.**
- **அவர்கள் உங்கள் வேலையில் தலையிட்டால் அதைக் குறிப்பாகச் சுட்டிக்காட்டிவிடுங்கள். ஆனால், ஊழியர்கள்**

அக்கறையுடன் சொல்லும் ஆலோசனைகளைக் கேட்டுக்கொள்ளுங்கள்.

- வேறொரு அதிகாரியின் கீழ் பணிபுரியும் ஓர் ஊழியர், உங்களிடம் நேரடியாகச் சலுகை கேட்டு வந்தால், அதற்காகப் பெருமிதமடையாமல், உங்கள் அதிகார எல்லையை எடுத்துச்சொல்லி, அவரது நேரடி மேலதிகாரியைச் சந்திக்கச்சொல்லி அறிவுறுத்துங்கள்.

- சக ஊழியர்களிடம் எல்லை மீறிப் பழகுவதைத் தவிருங்கள். அது எந்தக்காலத்திலும் குழப்பத்தை உருவாக்கும்.

அப்போது பூஜா குறுக்கிட்டாள்.

"சார்! ஒரு சின்னச் சந்தேகம்! இதுமாதிரி அதிகாரிகள் மட்டும்தான் செய்யுறாங்களா? ஊழியர்களுக்கு இந்த டயலாக் எந்த அளவுக்குப் பொருந்தும்?"

"வெரிகுட் பூஜா! அடுத்தகட்டமா ஊழியர்கள் பத்திதான் நானும் பேச வந்தேன். சரியாக் கேட்டீங்க!" என்று பாராட்டிவிட்டு அமுதன் தொடர்ந்தார். "இங்க இன்னோரு குழப்பமும் நடக்குது. மேலதிகாரி ஒருத்தரோட ரெக்கமண்டேஷன்ல ஒரு ஊழியர் வேலைக்குச் சேர்ந்திருப்பார். உதாரணத்துக்கு ஜி.எம் சிபாரிசில் முருகன்னு ஒரு கணக்காளர் எனப்படும் அக்கவுண்ட்டண்ட் வேலைக்குச் சேர்ந்திருந்தால், நிறுவனத்தில் அவருக்கு நேரடி மேலதிகாரி அக்கவுண்ட்ஸ் மேனேஜர்தான்! ஆனால், நம்ம ஆள் ஒரு லீவு வேண்டுமெனும் பட்சத்தில் அக்கவுண்ட்ஸ் மேனேஜரிடம் கேட்டால் தரமாட்டார் என்று, நேராக ஜி.எம்மிடம் சொல்லிவிட்டு லீவு எடுத்துக்கொள்வார்.

இப்பதான் உள்நாட்டு அரசியல் ஆரம்பமாகும். அந்த ஆளுக்கு அதிகாரி நாம்தானே.. நம்மிடம் கேட்காமல் எப்படி இவர் நேரடியாக ஜி.எம்மிடம் லீவு வாங்கலாம்? அப்படியே கேட்டிருந்தாலும்.. ஜி.எம் என்ன சொல்லியிருக்கணும்? உங்க மேனேஜரிடம் கேட்டுட்டு லீவு எடுத்துக்குங்க! என்று என்னிடம்தானே அனுப்பியிருக்கணும்? இவர் ஏன் என் அதிகாரத்தில் தலையிடுறார் என்று கோபம் வரும். அதே சமயத்தில், தன்னை புத்திசாலியாக நினைத்துக்கொண்ட முருகனுக்கும் அடுத்த ஆப்பு காத்திருக்கும். அவருடைய வேலையில் அவர் செய்யும் தவறு பெரிதுபடுத்தப்படும். அந்த நேரத்தில் விளக்கம் சொல்ல இவர், அக்கவுண்ட்ஸ் மேனேஜரை அணுகினால்,

"உங்களுக்குத்தான் ஜி.எம்மைத் தெரியுமே? அவரிடமே கேட்கவேண்டியதுதானே? என்னிடம் ஏன் விளக்கம் சொல்ல வரீங்க! என்று இவர் ராவுவார்."

“அப்போ எப்படி நடந்துக்கணும் சார்?” என்றான் சிவா!

“தனது வேலைகள் என்னன்னு தெரிஞ்சுக்கிட்டு, அதனைச் செய்யும் வழிமுறைகளையும் கத்துக்கிட்டு, தனக்கு நேரடியான மேலதிகாரி யாரோ அவர்களோட இணக்கமான சூழலை வளத்துக்கிட்டாதான் நல்லது! பொதுவாவே, நமக்கு எத்தனையோ மேலதிகாரிகளைத் தெரிஞ்சிருக்கலாம். ஆனா நாம முழு நாளும் குப்பை கொட்டப்போறது நமக்கு நேர் மேலதிகாரிக்கிட்டதான்கிற விழிப்புணர்வு இருந்தாலே ரொம்ப சிறப்பா செயல்படலாம்.”

“அப்ப மத்தவங்க வேலைகளைப் பார்க்கவே கூடாதுன்னு சொல்றீங்களா?”

“இல்லை. அவங்க அனுமதியோட பாருங்க! நீங்க அவர்களுக்கு உதவத்தான் அந்த வேலையைப் பார்க்குறீங்கன்னு உணர்த்துங்கன்னு சொல்றேன்.”

இதை இன்னும் தெளிவா சொல்லணும்னா,

- **உங்களுக்கு அளிக்கப்பட்ட வேலையைச் சிறப்பாகச் செய்யுங்கள்.**
- **உங்கள் நேரடி மேலதிகாரியிடம் உங்கள் வேலை பற்றிய தகவல்களை முழுமையாகப் பகிர்ந்துகொள்ளுங்கள்.**
- **மிகப்பெரிய மேலதிகாரியை உங்களுக்குத் தெரிந்திருந்தாலும், அந்தத் தொடர்பை, தவறாகப் பயன்படுத்தாதீர்கள். உங்கள் மேலதிகாரியிடம் உங்கள் கோரிக்கைகளைக் கொண்டுசெல்லுங்கள். அதுதான் அவர் பதவிக்கு நீங்கள் தரும் மரியாதை!**

- உங்களுக்குக் கீழுள்ளவர்களையும் அதேபோல் மதித்து, அவர்கள் வேலைக்கு இடம் கொடுத்து அவர்களை முழுமையாகப் பயன்படுத்திக்கொள்ளுங்கள்.
- மேலதிகாரிகளுடனான பழக்கத்தைத் தவறாகப் பயன்படுத்தாதீர்கள். அவர்களது வேலை எல்லைக்குள் நுழைய முயற்சிக்காதீர்கள்.
- மேலதிகாரியாகவே இருந்தாலும், அவர்களிடம் மிகவும் நெருக்கமாகப் பழகுவதைத் தவிர்க்கப்பாருங்கள். அது ஒரு காலகட்டத்தில், நமக்கே குழப்பத்தைக் கொண்டுவரும் வாய்ப்பிருக்கிறது.

அப்போதுதான்

"இந்த பார்டரைத் தாண்டி நீயும் வரக்கூடாது. நானும் வரமாட்டேன்."

என்பதன் முழு அர்த்தமும் சாத்தியமாகும்.

வடிவேலுவின் இந்த வசனம் வேலைக்கு மட்டுமல்ல. சமூகம், குடும்பம் ஆகியவற்றுக்கும் மிகவும் பொருத்தமாக இருக்கும்.

"நான் முயற்சி செய்யவா சார்!?" என்று பூஜா கேட்க,

"நீ ஏன் அமுதன் சாரோட எல்லைக்குள்ள போக முயற்சி பண்ற? உன் கோட்டைத்தாண்டி நீ போகக்கூடாது"என்று சிவா கலாய்த்தான்.

"சிவா! என்னது இது? நான் தானே உங்க கருத்துக்களையும் சொல்லச் சொன்னேன்." என்றார் அமுதன்.

"ச்சும்மா..வம்பிழுத்தேன் சார்! நீ சொல்லு பூஜா"என்று சிரித்தான் சிவா!

"அதை நீ சொல்லக்கூடாது.. அமுதன் சார்தான் சொல்லணும்... இப்போ நீ அவரோட அதிகாரத்தை எடுத்துக்குற!" என்று சிவாவைத் திரும்பக் கலாய்த்த திருப்தியுடன் பூஜா ஆரம்பித்தாள்.

சமூகத்தில் இந்தக்கோட்டைத் தாண்டி நீயும் வரக்கூடாதுங்கறதை நம் சொந்தப் பிரச்னைகளுக்குள் தேவையில்லாத நபர்கள் நுழையறதை அனுமதிக்கக்கூடாது. நாமும் தேவையில்லாமல் அடுத்தவர் பிரச்னையிலோ, செயல்பாட்டிலோ தலையிடக்கூடாதுன்னு எடுத்துக்கலாம்.

"உதாரணமா, பக்கத்து வீட்டில டீவி வால்யூமை ரொம்ப சத்தமா வைத்துப் பாக்குறாங்கன்னா, அவங்களை அழைச்சு டீவி சவுண்டை குறைச்சு வைங்கன்னு சொல்லலாம். ஆனால், அவங்க வீட்டுக்குள்ளார புகுந்து டீவி வால்யூமை நாமே குறைக்கக்கூடாது. அதானே சார்!"

"அதேதான்" என்று அமுதன் ஆமோதித்தார்.

“கலக்குறியே பூஜா!” என்று சிவா மகிழ்ந்தான்.

“அதேபோல்தான் குடும்பத்துக்குள்ளேயும், சில விஷயங்களில் சொந்தக்காரங்க அதீத உரிமை எடுத்துக்கிட்டு, தேவையில்லாம தலையிடுறது ஆபத்து! அது அந்தக் குடும்பத்துல இருக்குற அனைவரையுமே எரிச்சல் படுத்திடும்.”

“சம்சாரம் அது மின்சாரம் படத்தில் லட்சுமி ஒரு காட்சில சொல்லுவாங்க. “நீ நல்லாருக்கியா? நான் நல்லாருக்கேன்!”ன்னு... ஒரு எல்லைக்கோட்டை வகுத்துக்கிட்டு வாழ்ந்தா, காரணமில்லாம உருவாகுற ஈகோ பிரச்னைகளிலிருந்து நம்மை நாமே காப்பாத்திக்கலாம். அப்படித்தானே சார்?”

என்று பூஜா கேட்கவும்..

“பிரமாதமா சொன்னீங்க பூஜா! கோடு போட்டா ரோடு போடக்கூடிய உங்களை மாதிரி ஆட்களுக்கு சரியா தன்னோட எல்லை என்ன, அடுத்தவங்க எல்லை என்னன்னு தெரிஞ்சுரும். அது தெரியாம, மற்றவங்க எல்லைக்குள் நுழையும்போதுதான் பிரச்னைகள் வருது!” என்றான் அமுதன்.

“அப்போ உதவியே செய்யக்கூடாதுன்னு நாம சொல்றமாதிரி ஆகிடுமே சார்?” என்று சரியான கேள்வியை முன்வைத்தான் சிவா!

“எஸ்... ரொம்பச் சரி! இதில் உதவிங்கிறதை விட, யாருக்கு? எந்தச் சூழலில்? ஏன்?கிற கேள்விகளுக்குள்ளதான் நாம் இங்க நிக்கிறோம். நம்மளோட அதிகார எல்லை, உரிமை எல்லை பத்தித்தான் விவாதிக்கிறோமே ஒழிய, உதவி செய்யக்கூடாதுன்னு விவாதிக்கலை. உதவி செய்யுறேன்டா பேர்வழின்னு, அவங்களத் தவறான வழியில சுத்த விடக்கூடாதுன்னுதான் சொல்லப்போறோம்.”

“இப்போ, ஒரு ரோட்டுல ஒரு ஆள் அடிபட்டுக்கிடந்தா, அவருக்கு முதலுதவி செய்வது, அவரைக் காப்பாற்ற முயற்சிப்பது இதெல்லாம் நம் எல்லையில் இருக்கு! அவருக்கு அந்த விபத்தை ஏற்படுத்தினவரை அடிக்கிறது, அவருடைய உடமைகளைப் பிடுங்குறதுன்னு போனா, அதுதான் நம் எல்லைக் கோட்டைத் தாண்டி நாம போறது...

“குறிப்பா, இரத்த தானம் செய்வது நல்ல செயல். அது நம் அதிகார வரம்புக்குட்பட்டது. ஆனால், இரத்த தானம் கொடுக்க டெல்லி போகணும். அதனால், நான் டிக்கெட் வாங்காமல் இரயிலில் போவேன்னு சொன்னா, அதுதான் கோட்டைத்தாண்டிப் போவது! அதைத்தான் சொல்றேன். புரிஞ்சதா?”

“ஓ..முழுமையா புரிஞ்சிடுச்சி அமுதன் சார்..! இந்தத் தொடரை முடிக்கும்போது, எங்கிட்டயே பல மாற்றத்தைப் பார்க்கலாம்! அந்த அளவுக்குத் தெளிவா, எளிமையா சொல்றீங்க!”

“இதே வார்த்தையின் தொடர்ச்சியா. “பேச்சு பேச்சாத்தான் இருக்கணும்”னு வரும் சார்! அதை எவ்வளவுதான் பிரச்னையோ, முரண்பாடோ இருந்தாலும் எல்லை மீறக்கூடாதுன்னு எடுத்துக்கலாமா?” என்றாள் பூஜா.

“கரெக்ட். நாம சில நேரங்களில் கருத்தை வெளிப்படுத்துவதையும் தாண்டி கோபமா அதை வெளிப்படுத்தற நிலைக்குப் போயிடுறோம். அது ஒரு கட்டத்தில் எல்லை மீறி, தனிப்பட்ட விமர்சனங்கள செய்யும் நிலைக்கு நம்மைக் கொண்டுவிட்டுடுது. அந்த எல்லையையும் மீறி கைகலப்பு வரைக்கும் அது போகும். அதைத்தான் “பேச்சு பேச்சாத்தான் இருக்கணும்ம்னு எடுத்துக்கணும்” என்று அமுதன் முடித்தார்.

“அப்போ, இந்த பாகத்தை, இந்த பார்டரைத் தாண்டி கொண்டுபோக வேண்டாம்னு சொல்ல வரீங்க?” என்று சிவா கேட்க,

சிரிப்புடன் டிஃபனுக்குத் தயாரானார்கள்.

“அடுத்த வார்த்தை என்ன சார்?” என்று பூஜா கேட்டாள்.

“முதல்ல டிஃபனைச் சாப்பிடுவோமே? கொஞ்ச நேரம் ரிலாக்ஸா இருங்க” என்றார் அமுதன்.

அவர்கள் டிஃபன் சாப்பிட்டுவிட்டுப் பேசிய அத்தனை விஷயங்களையும் அசை போட்டுக்கொண்டே, பூஜா அன்றிரவே, இரண்டு பாகங்களுக்கான கட்டுரைகளையும் டைப்பி, சிவாவிற்கு மின்னஞ்சல் அனுப்பினாள். அவனும், சிறு சிறு திருத்தங்களைச் சொல்லி அதிகாலைக்குள் ஆசிரியருக்கு அனுப்பினார்கள்.

அவரும் படித்துவிட்டு,

“இதுல மாத்துறதுக்கு ஒண்ணுமே இல்லை. சரியா உங்க எல்லைக் கோட்டைத் தாண்டி நீங்க வரலை. நானும் வரமாட்டேன். நல்லா இருக்கு .. இதை இந்த வாரத்துக்கு அனுப்பிடுறேன்.

அடுத்த பாகத்தை இன்னும் படிக்கலை. படிச்சுட்டு உங்களுக்கு என் கருத்தைச் சொல்றேன்” என்றார்.

அவர்கள் எழுந்து சென்றபின் ஆசிரியர் கணேசமூர்த்தி, அடுத்த கட்டுரையை எடுத்துப் படிக்கத் துவங்கினார்.

வட போச்சே!

நாம் அதிகமாக விளையாட்டுக்காகப் புழங்க ஆரம்பித்திருந்தாலும், வடிவேலு சொன்ன இந்த வார்த்தையை மிகவும் அர்த்தம் பொதிந்ததாகப் பார்க்கமுடியும்.

நமக்குக் கிடைத்திருக்கவேண்டிய ஒன்று, கிடைக்காமல் போய்விட்டதே என்ற ஏக்கம்தான் இந்த வார்த்தையிலிருந்து நமக்கு வெளிப்படையாகத் தெரியும் விபரம். ஆனால், அதற்குப் பின்னணியில், அது நமக்குக் கிடைக்காமல் போனதற்கு மிக முக்கியக் காரணமாக இருந்தது நமது அலட்சியம்தான் என்பதுதான் உண்மை! நமது அந்த அலட்சியத்துக்கு அடிப்படையாக இருப்பது நம்மிடமிருக்கும் தள்ளிப்போடும் குணம்தான் என்பது அடுத்த உண்மை!

3

நாம் நம் வேலைகளை அலட்சியத்தால் தள்ளிப்போடுவோம். தள்ளிப்போடுவதால் அலட்சியப்படுத்தப்படுவோம்.

வட போச்சே! என்பதை ஒரு வாய்ப்பை இழந்ததாக எடுத்துக்கொள்ளலாம்.

ஒரு ஜவுளிக்கடைக்குச் சென்று நமக்காக ஒரு உடையைத் தேர்வு செய்துவைத்திருப்போம். பின்னர், "அதைப்பிறகுபார்த்துக்கொள்ளலாம்" என்ற நினைப்பில், அதைவிட்டுவிட்டு, அதைவிட நல்ல உடைக்காகத் தேடும்போது, வேறு ஒருவர் வந்து நாம் ஏற்கனவே எடுத்துவைத்திருந்த உடையையே தேர்ந்தெடுப்பார். அப்போது, விற்பனையாளர் நம்மைப் பார்ப்பார். நாமும், "இதை நான் எடுத்துவச்சிருக்கேன்" என்று உரிமை கொண்டாடுவோம். அப்பொழுது நாம் கொஞ்சம் அசட்டையாக இருந்தாலோ, வேறு உடைகளைப் பார்ப்பதில் மும்முரமாக இருந்தாலோ, நேரம் கடத்தினாலோ, விற்பனையாளர் அதை அவரிடமே கொடுத்துவிடுவார். நமக்கு நல்ல உடை கிடைக்காத போதுதான், மீண்டும் அந்த முதல் உடைமேல் கவனம் செல்லும். அப்போது அது, வேறொருவருக்கு விற்பனை செய்யப்பட்டுவிட்டது என்று தெரிந்தால் நமக்கு ஏற்படும் எண்ணம்தான் 'வட போச்சே!'

மேலாண்மையில் மிகவும் முக்கியக் கருத்தாகப் பார்க்கப்படுவது "NOW" எனப்படும் வார்த்தை! எதையும் இப்பொழுதே செய்வதுதான் நல்லது என்று அர்த்தம். அதை இப்பொழுதே செய்! எனவும் எடுத்துக்கொள்ளலாம்.

பொதுவாக, ஒரு நிறுவனத்தில் ஒருவருக்குப் பல்வேறு வேலைகள் கொடுக்கப்பட்டு இருந்தாலும், அவை ஒவ்வொன்றுக்கும் சரியாக நேரம் ஒதுக்கி செய்து முடிப்பவரைத்தான் அந்த நிறுவனம் விரும்பும். வேலைகளைத் தள்ளிப்போடுபவர்களை மெதுவாக நிறுவனமும் தள்ளி வைக்க ஆரம்பித்துவிடும்.

பெரிய நிறுவனமாக இருந்தாலும் சரி! சிறிய நிறுவனமாக இருந்தாலும் சரி! இந்த "NOW" எனும் "இப்பொழுதே" மந்திரம்தான் வெற்றிக்கு அடிப்படையாக இருக்கும். இதை இன்னும் அதீதமாக "TOMMORROW'S ORDER, TODAY DELIVERY" என்று சொல்லுவார்கள். அதாவது நாளைய ஆர்டருக்கு, இன்றே டெலிவரி செய்திருக்கவேண்டும் என்று அர்த்தம். ஒரு வேலையின் ஆர்டர் கிடைத்தபிறகுதான் நாம் அதை டெலிவரி செய்வோம். ஆனால், இது இங்கே கொஞ்சம் அதிகமாக மிகைப்படுத்திச் சொல்லப்படுவதற்கான காரணம், எந்த அளவுக்கு ஒரு நிறுவனம் வேலைகளைத் தள்ளிப்போடாமல் செய்ய வேண்டும் என்று வலியுறுத்துவதற்காகத்தான். அப்படி ஒரு நிறுவனம் செயல்பட முக்கியக் காரணமாக இருக்கவேண்டியவர்கள் அதன் ஊழியர்கள்தான். அவர்கள் எந்த ஒரு வேலையையும் தள்ளிப்போடாமல் செய்தால் எந்தஒருகட்டத்திலும் 'வட போச்சே!' என்றுசொல்லவேண்டியிருக்காது.

வாய்ப்புகளைப் பற்றிப் பேசும்போது, "வாய்ப்பு ஒரு முறைதான் கதவைத் தட்டும்" என்று சொல்லக் கேட்டிருக்கிறோம். ஆனால், ஒரு நல்ல வாய்ப்பு கதவைத் தட்டும்போது நாம் சோம்பேறித்தனப்பட்டுக் கொண்டு, பிறகு பார்த்துக்கொள்ளலாம் என்று விட்டுவிட்டால் அது வெளியில் தாழ்ப்பாளைப் போட்டுவிட்டுச் சென்றுவிடும். பிறகு

அடுத்த வாய்ப்பு வந்து கதவைத் தட்டினாலும், நம்மால் திறக்க முடியாது. முன்னரே திறந்திருக்கலாமே என்று தோன்றுவதுதான் “வட போச்சே!”

இதையே பல்வேறு இடங்களில், சந்தர்ப்பங்களில் நாம் அனைவருமே அனுபவித்திருப்போம். நிறுவனம், சமூகம், தனி மனிதன் என்று எல்லா நிலைகளிலும் வெற்றியை அடைவதற்கு இந்தத் தள்ளிப்போடுதல் மிகப்பெரிய தடைக்கல்லாகத்தான் இருக்கும்.

நிறுவனம் என்று எடுத்துக்கொண்டால், அதில் வேலைபார்க்கும் யாராவது ஒருவர் தள்ளிப்போடும் குணம் கொண்டிருந்தால்கூடப் போதும். மொத்தமாக அனைவருடைய வேலையும் தடைபட்டுவிடும். ஒரு தினசரி செய்தித்தாள் நிறுவனத்தில், ஒரே ஒரு பக்கத்தை வடிவமைப்பவர் சிறிது தாமதப்படுத்தினாலும், மொத்த செய்தித்தாளும் நேரத்திற்கு வருவது தடைபடும். இதுதான் பிரச்னை!

நமக்குக் கொடுக்கப்படும் வேலையைத் தாமதிக்காமல், அதே சமயம் அதன் முக்கியத்துவத்தைக் கவனத்தில் கொண்டு செயல்பட்டால், நிறுவனத்தில் நாம் கவனிக்கப்படும் ஆளாக மாறிவிடுவோம். அவரிடம் கொடுத்தால், தாமதப்படுத்தாமல் வேலையை முடிப்பார் என்ற நம்பிக்கை மற்றவர்களிடத்தில் ஏற்படும். அதுவே நம்முடைய பதவி உயர்வுக்கோ, பொறுப்பு அதிகரிப்புக்கோ காரணமாக இருக்கும்.

இந்தக் கட்டுரையைக்கூடத் தாமதிக்காமல் சமர்ப்பித்தால்தான், அதை உரிய நேரத்தில் அச்சிலேற்றி மக்கள் கைகளில் சேர்க்கமுடியும். இல்லாவிட்டால், இப்படி ஒரு வெகுஜன இதழில் கட்டுரை எழுதக் கிடைத்த நல்ல வாய்ப்பை நழுவவிட்டுவிட்டு நானும் “வட போச்சே!' என்று புலம்ப வேண்டியிருக்கும்.

இதில் பதவி உயர்வு, புதிய வேலை வாய்ப்பு, தொழில் வாய்ப்பு, முக்கியச் சந்திப்பு ஆகியவற்றை வடையாகக் கொள்ளலாம்.

அப்படியானால், வட போச்சே! என்று புலம்பாமலிருக்க என்னென்ன செய்யலாம்?

- **அன்றாட அலுவலக வேலைகளை முறைப்படுத்தி, அதனை ஒழுங்காகச் செய்யுங்கள்.**
- **நமக்கு ஒதுக்கப்படும் வேலையின் தன்மை கருதி, அதற்காகும் நேரத்தைச் சரியாகக் கணித்து, அதன்மீது முழுக் கவனமும் செலுத்தி அதை முடியுங்கள்.**
- **முக்கியத்துவ அடிப்படையில் வேலையைப் பார்க்கலாம். அதற்கு எது அதிக முக்கியத்துவம் வாய்ந்த வேலை என்பதைச் சரியாகக் கணித்து செயல்படவேண்டியது அவசியம்.**
- **உங்கள் மேசையிலும், வீட்டிலும் “*FOCUS NOW*” என்ற வார்த்தையைப் பெரிய எழுத்தில் அச்சிட்டு ஒட்டிவைத்துக்கொள்ள வேண்டும். எப்போது மனம்**

அலைபாய்ந்து, வேலையைத் தள்ளிப்போட வைத்து, Facebook, twitter என்று திரிகிறதோ, அப்போது அந்த வார்த்தையைப் பார்த்துவிட்டு, உடனே மீண்டும் அவசியமான வேலைப்பக்கம் கவனத்தைத் திருப்பலாம்.

நமது வேலைகளை நான்கு விதமாகப் பிரித்துக்கொள்ளலாம்.

- முக்கியமான, அவசரமான வேலை (IMPORTANT, URGENT)
- முக்கியமில்லாத, அவசரமான வேலை (NOT IMPORTANT, URGENT)
- முக்கியமான, அவசரமற்ற வேலை (IMPORTANT, NOT URGENT)
- முக்கியமில்லாத, அவசரமற்ற வேலை (NOT IMPORTANT, NOT URGENT)
- இதற்கு IU, NIU, INU, NINU என்று பெயர் வைத்துக்கொள்ளலாம்.
- இந்த வரிசையில் வேலைகளை முறைப்படுத்திக்கொண்டால், அழகாக வேலைகள் நம் முன் கைகட்டி நிற்கும். நம்மை வேலைகள் சுற்றி நின்று மிரட்டாது.
- மேலதிகாரிகள் சொல்லும் வரிசையில் வேலையைப் பார்த்து, அதில் ஏற்படும் நடைமுறைச் சிக்கல்களை அவர்களிடம் பொறுமையாகப் புரியவைத்து, பின்னர் முக்கியத்துவ அடிப்படையில் வேலை பார்க்கலாம்.

சமூகம் என்று பார்த்தால், ஒவ்வொரு வேலையையுமே நாம் தள்ளிப்போடாமல் செய்யவேண்டியது அவசியமாக இருக்கிறது. ஒரு நெரிசல் மிகுந்த சாலையில் எல்லோரும் ஒரு சீரான வேகத்தில் சென்றுகொண்டிருக்கும்போது, நான் மிகவும் மெதுவாகத்தான் போவேன் என்று சொன்னால், அனைவராலும் நாம் ஓரம் கட்டப்படுவோம் அல்லது திட்டப்படுவோம்.

மேலும், அப்புறம் பார்த்துக்கொள்ளலாம் என்று தள்ளிப் போட்டதால், பல்வேறு உரிமைகளை நம் சமூகம் இழந்திருக்கிறது.

ஒரு தனிமனிதனாக எல்லாச் செயல்களிலும் தள்ளிப்போடாமல் ஈடுபட்டாலே, நிறுவனமும் சமூகமும் தானாகச் சரியாகிவிடும். அந்த வகையில், நாம் எந்தெந்த விஷயங்களை உடனடியாகச் செய்கிறோம். எவற்றைத் தள்ளிப்போடுகிறோம் என்று தெளிவாகப் பார்த்தால், ஒரு விபரம் தெரியவரும். அதாவது, நாம் நமக்குப் பிடித்த விஷயங்களைத் தள்ளிப்போடுவதில்லை. பிடிக்காத விஷயங்களை மட்டும்தான் தள்ளிப்போடுகிறோம்.

பொதுவாக நாம் தள்ளிப்போடும்போது இப்படித்தான் சிந்திக்கிறோம்.

அடுத்த பஸ்ல போயிக்கலாம்!

நாளைக்குதானே கடைசிநாள், நாளைக்கு டிடி எடுத்துக்கலாம்! (ஆனால் நாளைக்கு வங்கிகள் விடுமுறை என்பது உங்களுக்குத் தெரிந்திருக்காது)

புதன்கிழமைதானே மின்சார பில் கட்டக் கடைசிநாள். அப்போது பார்த்துக்கலாம்.

வர்ற ஞாயித்துக்கிழமை வண்டியைத் துடைச்சுக்கலாம்.

இந்த வாரக்கடைசில மேசைல இருக்குற குப்பையை ஒழுங்கு பண்ணிறலாம்.

இப்படிபலப்பல ஒத்திப்போடல்கள்!

நம்முடன் படித்த நண்பன் ஒருவேலைக்கு விண்ணப்பிக்கும்போது, நான் நாளைக்குப் பண்ணிக்கிறேண்டா என்று அவனிடம் சொல்லிவிட்டு அப்புறம் கடைசி நாளை மறந்துவிட்டதால் அதைத் தவறவிட்டுவிட்டு "நேத்தே முடிஞ்சு போச்சே. நாம் விட்டு விட்டோமே" என்று கவலைப்பட்டுக் கொண்டிருக்கும்போதே... சரியான நேரத்தில் விண்ணப்பித்த நண்பனுக்கு அந்த வேலை கிடைத்துவிட்டால், ச்சே! வட போச்சே! என்று புலம்பிக் கொண்டிருப்போம்.

ஒரு வாடகைவீடு பார்த்திருப்போம்.! லேசான தடுமாற்றத்துடன், நாளைக்குப் பேசி முடித்துவிடலாம் என்று தள்ளிப்போட்டுவிட்டு, அடுத்த நாள் போய் நின்றால், அடடே! நேத்து சாயங்காலமே ஒருத்தர் வந்து அட்வான்ஸ் குடுத்துட்டுப் போயிட்டாரே.. ஸாரிங்க!ன்னு அந்த வீட்டுக்காரர் சொல்வார்! இதில் நாம் வடை போச்சே! என்று புலம்புவதைச் சொல்வதா? சரியான நேரத்தில், தள்ளிப்போடாமல், முதலில் வந்த அட்வான்ஸை வாங்கிப்போட்ட வீட்டுக்காரரின் சாமர்த்தியத்தைச் சொல்வதா?

இதேபோல் நாம் எல்லா விஷயத்தையும் தள்ளிப்போடுகிறோமா என்றால், அதுவும் இல்லை.

வெள்ளிக்கிழமை ரிலீஸ் ஆகும் படத்தை அன்றே தள்ளிப் போடாமல் பார்க்கத் தூண்டுவது எது?

எவ்வளவுதான் வேலை இருந்தாலும், ஒரு நண்பன் பாண்டிச்சேரிக்கு அழைத்தால், கேள்வி கேட்காமல் செல்ல வைப்பது எது?

அதிக வேலைகளுக்கிடையில், அந்த வாரப் பத்திரிகையையோ, நாவலையோ, இடைவெளி விடாமல் படிக்க வைப்பது எது?

நமக்கு அவையெல்லாம் பிடித்திருக்கின்றன. அவ்வளவுதான்!

அதனை இப்படியும் சொல்லலாம். நாம் தள்ளிப்போடாத செயல்கள் எல்லாமே நமக்குப் பிடித்தவை. தள்ளிப்போடும் செயல்கள் எல்லாமே நமக்குப் பிடிக்காதவை!

அடுத்த வாரத்துக்குள், உங்கள் அலுவலகத்திலோ, வீட்டிலோ உங்களுக்கென்று ஒரு கணினி இருந்தால் அதன் டெஸ்க்டாப் எனப்படும் முகப்பைப் பாருங்கள். அதுதான் நீங்கள் தள்ளிப்போடுபவரா இல்லையா என்று தெளிவாகச் சொல்லும் கண்ணாடி. அதில் ஒழுங்குபடுத்தப்படாமல் இருக்கும் ஐக்கான் எனப்படும் சிறு அடையாளங்களில், தேவையானது எது தேவையற்றது எது என்று கண்டறிந்து ஒழுங்குபடுத்திப் பாருங்கள். பின்னர் அது உங்கள் உண்மையான மேசைக்கும் தொடரட்டும். வேலைகளைப் பிரிக்க நான்கு விதமான ட்ரே எனப்படும் செவ்வக பிளாஸ்டிக் தட்டுகளை வாங்குங்கள். அதில் *IU, NIU , INU, NINU* என்று அடையாளமிடுங்கள். அது ஒவ்வொன்றும் வெவ்வேறு நிறத்தில் இருந்தால்கூட நல்லது. அதன்படி வேலைகளைப் பிரியுங்கள்.

இப்படி வகைப்படுத்தினாலே நம் தள்ளிப்போடும் குணத்துக்கு ஒரு முற்றுப்புள்ளி வைத்துவிடலாம். ஏனெனில் இங்கு, நம்மை விட வேகமாக, தள்ளிப்போடாமல் செயல்படுபவர்களுக்காகத்தான் வெற்றி காத்திருக்கும். அது ஏன் நாமாகவே இருக்கக்கூடாது? அப்படிச் செய்யத் துவங்கும்போது தானாகவே உங்கள் மனதில் கூடுதலாக மகிழ்ச்சி குடிகொள்ளத் துவங்கும்.

‘வட போச்சே!’ என்ற ஒரே வாக்கியத்தில் நம் சிந்தனையைத் தூண்டிய வடிவேலு அவர்களுக்கு நன்றியுடன், தள்ளிப்போடாமல் அடுத்த வாக்கியத்துடன் சந்திப்போம்.

படித்து முடித்துவிட்டு, இளங்காற்று ஆசிரியர் கணேசமூர்த்தி மிகவும் மகிழ்ச்சியாக உணர்ந்தார்.

இந்தக் கட்டுரை பல்வேறு விபரங்களைப் புரியவைக்கிறது. தானே பலமுறை சில முக்கியச் செயல்களைத் தள்ளிப்போட்டது உரிய நேரத்தில் அவருக்கு நினைவுக்கு வந்தது. கடைசி விநாடிவரை பத்திரிகை வெளிவருவதற்குதான் படும் பிரசவ அவஸ்தைக்குக் காரணம், தள்ளிப்போடுவதுதான் என்பதை உணர்ந்தார். 8-ம் வகுப்புப் படிக்கும் மகனின் பள்ளிக் கட்டணத்தை கடைசி நாள்வரை கட்டாமல் இருப்பது, ஞாயிற்றுக்கிழமை அடுக்கி வைத்துக்கொள்ளலாம் என்று வீட்டில் குவித்துவைத்திருக்கும் புத்தகங்கள், ஒரு சில வேலைகள் சிறியது என்று அசட்டையாக இருந்துவிட்டு, பின்னர் அதன் பிரம்மாண்டம் தெரிந்து கவலைப்பட்டது, அலுவலக மேசையின்மீது அப்புறம் பார்த்துக்கொள்ளலாம் என்று வைத்த பல கோப்புகள் ஆகியவற்றைப் பற்றி நினைத்தார். உடனடியாக அலுவலக உதவியாளரை அழைத்து, ட்ரேக்கள் வாங்கிவரச்சொன்னார். விறுவிறுவென்று தான் கற்றுக்கொண்டதைச் செயல்படுத்தினார். இப்போது அவர் மேசையை அவருக்கு இன்னும் அதிகமாகப் பிடித்தது.

வடிவேலு என்ற ஒரு நகைச்சுவைக் கலைஞர் திரைப்படங்களில் வசனமாகச் சொன்ன வார்த்தைகளை ஒரு Key Word ஆகப் பயன்படுத்தி, நம் அன்றாட வாழ்வில் நாம் கவனிக்கத் தவறும் அல்லது கவனிக்க மறுக்கும் பல்வேறு செயல்பாடுகளை அமுதன் மிகச்சிறப்பாகத் தந்திருக்கிறார். நம் தேர்வு ஒன்றும் சோடை போகவில்லை. இதில் முக்கியமாக, அவர் சொல்லியவற்றை, சாரம் மாறாமல் கட்டுரையாக எழுதிய பூஜா, சிவாவைத்தான் பாராட்டவேண்டும் என்று நினைத்துக்கொண்டே, உடனடியாக அவர்களை அழைத்தார்.

சிவாவும், பூஜாவும் வந்தவுடன், தனது இருக்கையின் கீழிருந்து 8 ட்ரேக்களை எடுத்து வைத்தார்.

“நான் வட போச்சே!ன்னு இனிமே சொல்லாம இருக்க முடிவு பண்ணிட்டேன். அதுக்கு உதவி செஞ்ச உங்களுக்கு ஒரு சின்ன பரிசா இந்த ட்ரேக்கள். நீங்களும் உங்கள் மேசைகளில் வச்சிக்கிட்டு, அதற்கேற்றாற்போல் வேலைகளைப் பிரிச்சுக்குங்க! ஒரு நல்ல பயனுள்ள கட்டுரை நம் பத்திரிகையில் வரக் காரணமாக இருக்கும் உங்களைப் பாராட்டி என் அன்புப் பரிசு இதுதான்! அமுதனுக்கும் என் வாழ்த்துக்களைச் சொல்லணும்” என்றார்.

“தேங்க்யூ சார்! நாங்களே ட்ரேக்கள் வாங்கலாம்னு இருந்தோம். சென்ற முறை அமுதன் சாரை மீட் பண்ணும்போது, அதுவும் இந்த ‘வட போச்சே’ மேட்டரை சரியா இரவு டிஃபனுக்கு அப்புறம் தொடங்கினார். ரொம்பப் பொருத்தமா இருந்தது சார்! அடுத்த வாரங்களுக்கான கட்டுரைகளுக்காக அமுதன் சாரை நாளைக்குச் சந்திக்கிறோம்!” என்றனர்.

“ஆல் த பெஸ்ட்..! ஆமா .. அடுத்த வசனங்கள் என்ன?” என்றார்.

“அது எங்களுக்கே சஸ்பென்ஸ்தான் சார்!” என்று சிவா சொன்னான்.

“எதுவா இருந்தாலும், சிறப்பா இருக்கும்னு நம்பிக்கை வந்திருச்சு!” என்று வாழ்த்தி அனுப்பினார்.

சிவாவுக்கும், பூஜாவுக்கும் பெருமையாக இருந்தது. வெளியில் வந்து தன் அலுவலகத்தில் கொஞ்சம் கர்வமாகவே நடை போட்டனர். கல்வி குறித்து எழுதும் வினோத்திடம் “நீ ஊர் ஊரா சுத்தி, என்னதான் எழுதினாலும் எங்க மேட்டர்தான் ஹாட்டு மச்சி!” என்று சிவா கிண்டல் செய்தான். வினோத் இவனை முறைத்துக்கொண்டே சொன்னான். “இன்னிக்கு உன்னை எடிட்டர் பாராட்டிட்டாருன்னு அதிகமா ஆடாதடா! அடக்கி வாசி! எல்லாருக்கும் காலம் வரும்!”

“யேய்! அவன்கிட்ட ஏன் வம்பிழுக்கிற? நாம் நம்ம வேலையைப் பார்ப்போமே?” என்று சிவாவை அதட்டிக்கொண்டே சென்றாள் பூஜா!

இப்படி உசுப்பேத்தி உசுப்பேத்தியே உடம்பை ரணகளமாகிட்டாங்களேடா!

அடுத்த நாள், அமுதனின் அலுவலகத்தைக் கொஞ்சம் சீக்கிரமே அடைந்துவிட்டார்கள். சென்ற முறை இரவில் சந்தித்ததால், முழுமையாகக் கவனிக்க முடியவில்லை. இப்போதுதான் அங்கிருந்த பல்வேறு விபரங்களைக் கவனிக்க முடிந்தது. அலுவலகத்திற்கு இவர்கள் வந்தவுடன், ஒரு உதவியாளர் வந்து, யாரென்று தெரிந்துகொண்டு அவர்களை அமரச்செய்துவிட்டு, அருந்த என்ன வேண்டுமென்று கேட்டுச் செல்கிறார். பின்னர் அவர்கள் கேட்ட காஃபியோ, டீயோ விரைவில் வருகிறது. இங்கு *WI-FI* இருக்கிறது. பயன்படுத்திக்கொள்ளவும் என்ற அறிவிப்பு இருக்கிறது. நிறுவனத்தைப்பற்றி ஒரு அழகான அறிமுகம் ஃப்ரேம் செய்யப்பட்டு சுவற்றில் மாட்டப்பட்டிருக்கிறது. அமுதனைப்பற்றிச் சில விபரங்களும் முக்கியக் குறிப்புகளாக அச்சிடப்பட்டுப் பார்வைக்கு வைக்கப்பட்டிருந்தது. அமுதன் ஒரு பொறியியல் பட்டதாரி! பிறகு சமூகவியல், உளவியல் என்று படித்துவிட்டு, இந்தத் தன்னம்பிக்கைப் பயிற்சித்துறைக்கு வந்து பத்து ஆண்டுகளுக்கும் மேலாகிறது. அவர் எண்ணற்ற விருதுகளும்,

4

பதக்கங்களும் வாங்கியிருக்கிறார். அவரது அலுவலகம் மிகவும் நேர்த்தியாக நடந்துகொண்டிருப்பதை உணர்ந்தார்கள். அமுதனின் உதவியாளர்களும், அலுவலர்களும், பயிற்சியாளர்களும் ஒருவித கட்டுக்கோப்புடன் செயல்படுவதைக் கவனிக்க முடிந்தது.

அமுதனின் அறை வாசலில், "PLEASE DO DISTURB ME" (தயவுசெய்து என்னைத் தொந்தரவு செய்யவும்) என்று எழுதியிருந்தது. அதன் கீழ் பொடி எழுத்துக்களில், If you feel disturbed (நீங்கள் குழப்பத்துடன் - அமைதிக்குறைவுடன் - இருந்தால்) என்று இருந்தது.

"அட!" என்று சிவா வாய்விட்டுச் சொன்னான்.

"இதெல்லாம் நாம முன்னாடி பாக்கலையே ஏன்?" என்றான்.

"நாம அந்தப்பக்கம் இருந்த கான்ஃபரன்ஸ் ரூமோட வெளில போய்ட்டோம். அதான்" என்று பூஜா பதிலளித்தாள்.

ஓ.. எனும் சப்தம் வரும்போதே, அமுதன் சரியான நேரத்துக்கு அலுவலகத்துக்குள் நுழைந்துகொண்டிருந்தார்.

"ஹாய் ஃப்ரெண்ட்ஸ்! சரியான நேரத்துக்கு முன்னாடியே வந்துட்டீங்க! க்ரேட் என்று சந்தோஷமாகச் சொல்லிக்கொண்டே அவர்களை உள்ளே அழைத்தார்.

"அமுதன் சார்! உங்க ஆஃபீஸும் அதன் செயல்பாடும், சூப்பர் சார்! அதுவும் உங்கள் அறை வாசலில் இருக்கும் வார்த்தைகள் அசத்தல்! நீங்க க்ரேட் சார்!" என்று பூஜா மனதாரப் புகழ்ந்தாள்.

"இது நான் என்னைத் திருப்திப்படுத்திக்க செஞ்சது! உங்கள் பாராட்டுக்கள் இதமா இருக்கு! நன்றி பூஜா!" என்று அமுதனும் பணிவாகச் சொன்னார்.

சில சம்பிரதாயப் பேச்சுக்களுக்குப்பிறகு, சிவா ரெக்கார்டரை ஆன் செய்தான்.

"சார்! இந்தமுறை என்ன டயலாக் சார் பாக்கப்போறோம்?"

''இப்படியே உசுப்பேத்தி உசுப்பேத்தியே உடம்பை ரணகளமாகிட்டாங்களேடா!''

'பக்'கென்று பூஜா சிரித்துவிட்டாள்.

சிவா 'உஷ்' என்றான். அமுதன் புன்னகையுடன் பார்த்துக்கொண்டிருந்தான்.

"ஸாரி சார்! இந்த வார்த்தையைக் கேட்டவுடனேயே வின்னர் படத்தில் வடிவேலு அடிவாங்கிக்கிட்டு வந்து பாலக்கட்டையில் உட்கார்ந்திருக்கிற காட்சியும், அந்தப்பக்கம் க்ராஸ் ஆகும் ஒருத்தர், "அடி குடுத்த கைப்புள்ளக்கே உடம்புல இத்தன காயம்னா,

"அடிவாங்கினவன் உசுரோட இருப்பாங்கிற?'' என்று சொல்லிப்போனவுடன், வேதனையோட வடிவேல் இந்த டயலாக்கைச் சொல்றதும் நினைவுக்கு வந்துருச்சு! அதான் சிரிச்சுட்டேன் என்று மீண்டும் சிரித்தாள்.

"ஆமா.. இந்த வசனத்தைக் கேட்டவுடனேயே நமக்கு சிரிப்பு வந்துரும். ஆனால் இதற்குள் ஒளிஞ்சிருக்கும் மேலாண்மைத் தத்துவம் ரொம்ப ஆழமானது.

"இப்படியே உசுப்பேத்தி உசுப்பேத்தி உடம்பை ரணகளமாகிட்டாங்களேடா!"

என்றால்,

தகுதிக்கு மீறிய பாராட்டிற்கு மயங்கினால், உள்ள தகுதியையும் இழக்க வேண்டியிருக்கும். இந்த வசனத்தை இரண்டு பகுதியாப் பிரிச்சுக்கலாம். உசுப்பேத்துதல், ரணகளமாகுதல்!

உசுப்பேத்துதல்தான் ஒவ்வொரு நிர்வாகியும், நிறுவனமும் ரொம்ப கவனமா இருக்கவேண்டிய நிலை! இதற்குப் பலியானவர்கள்தான் இன்று வீழ்ந்துபோயிருக்கும் பல்வேறு நிறுவனங்களும், தனி நபர்களும், ஒருசில பிரபலங்களும்.

நாம ஒரு நிறுவனத்தில் வேலை பார்க்கும்போது, நம் திறமை வெளிப்படும் வகையில் ஏதாவது வாய்ப்பு வந்து அதனை நாம் மிகவும் சிறப்பாவும் செஞ்சு முடிச்சுட்டா, அந்த நிர்வாகம் நம்மை ரொம்பப் பாராட்டும். சில நேரங்களில் சக ஊழியர்கள் எல்லாருமே வந்து பாராட்டுவாங்க! அதில் சிலர், "உனக்கென்னப்பா! கலக்குற!" என்று பொத்தாம்பொதுவாகச் சொல்லிட்டுப் போவாங்க!

இந்த நேரத்தில் நிறுவனமும் சரி, நாமும் சரி ரொம்ப கவனமா இருக்கணும். நிறுவனம் ஒருத்தரை உசுப்பேத்துதுன்னா, 'இந்த

வேலையை ரொம்ப சிறப்பா செய்துட்டீங்க! அதைவிட இதை இன்னும் சிறப்பா செய்யுங்க! என்று வேறு ஒரு கடினமான வேலையைக் கொடுப்பார்கள். சவாலை விரும்பும் நமக்கு அது தீனியாக இருப்பதால், நாமும் அதீத முயற்சிகள் எடுத்து சிறப்பாக முடித்துத் தருவோம். மூன்றாவது வேலை இன்னும் அதிகம் சுமையும் பிரச்னைகளும் உள்ளதா இருக்கும்.அதை முடிக்க முடியாவிட்டால், நாம் சுவாரஸ்யமில்லாமல் வேலை பார்ப்பதாகவோ, நமது திறமை குறைந்துவிட்டதாகவோ பேசப்படும். இதுதான் ரணகளமாகும் சூழல்! இதை விட்டு வெளியில் வருவது கடினமாகிவிடும்.

இதில் இன்னொரு கோணமும் இருக்கு! அடுத்தவர் உசுப்பேத்தும்போது, நாம் ஏன் அதை அப்படியே தலையில் ஏத்திக்கணும்? அவர்கள் கருத்து அது. நாம் நம் வேலையப் பார்ப்போம்னு தன்னைப்பற்றிய ஒரு சரியான மதிப்பீட்டோட இருந்தா பொழைச்சோம். நீ சூப்பர்! நீதான் ராஜா! உன்னைவிட இந்த உலகத்தில் ஒசந்தது ஒண்ணுமில்ல! என்ற ரீதியில் பாராட்டித்தள்ளும்போது, அதை அப்படியே நாமும் நம்பிட்டா, அந்த மிதப்பு, அடுத்த கட்டத்துக்கு நகரவிடாம காலி பண்ணிடும். வேலை பாக்குற இடத்தில் சக ஊழியர்களை மதிக்க விடாது. தன்னைப்பற்றிய சுய மதிப்பீடு, சுய தம்பட்டமா மாறும். அப்புறம் என்ன? ரணகளம்தான்!

“கரெக்ட் சார்! சிவா கேட்டுக்கோ! நேத்து எங்க சீஃப் இந்தக் கட்டுரைக்காக எங்களை ரொம்பப் பாராட்டினார். அந்த மிதப்பை, சிவா உடனே ஒரு சக ஊழியன்கிட்ட காட்டிட்டான்.” என்று பூஜா சுருக்கமாகப் போட்டுவிட,

“அதெல்லாமில்ல சார்! நான் சும்மா விளையாட்டுக்கு செஞ்சேன்” என்று சமாளித்தான் சிவா!

“நீங்க விளையாட்டுக்குச் செஞ்சிருக்கலாம், ஆனா அது அந்த நபருக்குத் தெரியுமா?ங்கிறதுதான் கேள்வி! மற்றவர்கள் உசுப்பேத்தினதால, நாமும் நம்மை உசுப்பேத்திக்கிறோம். அது நேர்மறைச் சிந்தனையா இருக்கலாம். அது ஒரு தன்னம்பிக்கையைக் கூடக் குடுக்கும். ஆனா, அது போகப்போக தலைக்கனமா மாறும்போதுதான், தன்னை எல்லாரும் உசுப்பேத்தனும்னு எதிர்பார்ப்போம். மேலும், மற்றவங்களை மட்டப்படுத்தவும் முயற்சி பண்ணுவோம். இந்தப் புள்ளியில்தான் பிரச்னை யு டர்ன் அடிக்கும். இதைக் குறிப்பா ‘ரணகளப் புள்ளி’ன்னு குறிப்பிடலாம்.

இந்தச் சூழ்நிலையில், நாம் நம் வேலையை மறந்து அல்லது வேலையில் கவனத்தைக் குறைச்சுட்டு யார் யார் நம்மைப் பாராட்டுறாங்க, நம்மை இவங்க ரொம்பவும் மதிக்கிறாங்கன்னு பறக்க ஆரம்பிச்சுருவோம். ஆனால், எந்தக் காரணத்துக்காகப் பாராட்டப்பட்டோமோ, அது வலுவிழக்கும்போது, பாராட்டும் குறையும். சில சமயம் திட்டுதலும் துவங்கிடும். மேல போன வேகத்தில்

திரும்ப வந்த பந்து மாதிரி நிலைமை ஆகிடும். அப்படிக் கீழ வந்த பந்து ஒரு நிலையில் தரையில் வந்து மோதும் இல்லையா? அதுதான் ரணகளப் புள்ளி!

நம்மளைப் பாத்து இப்படிச் சொல்லிட்டாங்களே? நம்ம உண்மையான ரேஞ்ச் என்னன்னு மனசு தடுமாறி அதனால உள்ள நிலையையும் விடுவோம். அப்புறம் என்ன மரியாதை குறைந்து, ரணகளம் ஸ்டார்ட் தான்!"

இதுபோல் சூழல் வரும்போது செயல்படவேண்டிய விதம் இதுதான்.

- ஒரு வேலையை நம் முழு உழைப்பையும் கொடுத்து எக்ஸலண்ட் என்ற பதத்துக்கு ஏற்றார்ப்போல் முடிப்பது.
- அதற்கு வரும் பாராட்டுக்களை, அந்த வேலைக்கான பாராட்டாக மட்டுமே ஏற்றுக்கொண்டு அடுத்து இதைவிடச் சிறப்பாகச் செய்யவேண்டும் என்று எண்ணுவது.
- மேலும் மேலும் வரும் பாராட்டுக்களின் பிம்பத்தில், தன்னையே மறைத்துக்கொண்டுவிடாமல், சுதாரித்துக்கொள்வது.
- பாராட்டுக்களைப் பொறுப்பாக மாற்றி, அதை ஒரு சுமைபோல் உருவகப்படுத்திக் கொள்வது. அப்படிச் செய்வதால் மமதை ஏற்படாமல் தவிர்க்கலாம்.
- மமதை ஏற்படுகிறது என்று தெரிந்தால், நம்மை உண்மையாக விமர்சிக்கும் ஒரு நல்ல நண்பனை அணுகி, அவனிடமிருந்து நம்முடைய பலவீனங்களைப் பற்றி அறிந்துகொள்வது.

- **நாம் பாராட்டப்படும்போது, அவர்களைத் திரும்பப் பாராட்டினால் மிகவும் நல்லது. ஆனால் அதைவிட, அடுத்தவர்களை மட்டப்படுத்தாமல் இருப்பதுதான் மிகமிக நல்லது.**

"உசுப்பேத்தி உசுப்பேத்தியே ரணகளத்தை"க் கண்டதில் சமகால உதாரணம் - பவர் ஸ்டார் சீனிவாசன்! அவர் ஒரு டாக்டர். திரைப்படங்களில் நடிக்கணும்னு ஆசைப்பட்டார். ஓரிரு படங்களில் நடிக்கவும் செய்கிறார். அந்த நேரத்தில் உண்மையான நட்போ, உறவோ யாராவது அவருக்கு அறிவுரை சொல்லி, அவரை சரியான வழில கொண்டு போயிருக்கலாம். ஆனால், அவருக்கு இரசிகர் பட்டாளம்னு ஒரு குரூப்பும், உதவியாளர்கள்னு இன்னோரு குரூப்பும் கிளம்பி, "அண்ணே! நீங்கதான் சூப்பர்! உங்களை விட்டா இந்த இண்டஸ்ட்ரிலயே யாரும் இல்லைங்கிற ரீதியில் உசுப்பேத்தி விட்டுட்டாங்க! அவரும் அதை உண்மைன்னு நம்பி பல்வேறு நடவடிக்கைகளில் ஈடுபட்டார். பெரிய நடிகர்கள்கூட அவரை காமெடிக்குப் பயன்படுத்தி அடுத்த கட்டத்துக்கு நகர்த்தினாங்க! சமூக வலைத்தளங்களில் அவரைக் கடுமையாகக் கிண்டல் செஞ்சு எழுதப்பட்டதைக்கூட அவர் உண்மைன்னு நம்பி, தன்னைப்பற்றிய அதிக மிதப்பில் அவர் இருக்கும்போதுதான் தொடர்ந்து அவர் மேல் வழக்குகள் அது இதுன்னு வர, அவரைச் சுற்றியிருந்த அந்தத் துதி பாடும் கூட்டம் காணாமல் போயிடுச்சு! இப்போ, ரணகளத்தில் இருக்கார்!" அவர் உசுப்பேத்தப்படும்போதே சுதாரிச்சிருந்தார்ன்னா இவ்வளவு பிரச்னையைச் சந்திச்சிருக்கமாட்டார்ங்கிறது என் அபிப்பிராயம்!

"ஆமா சார்! இந்த வரிசையில் எனக்குப் பல பேர் நினைவுக்கு வராங்க! ஜே.கே ரித்தீஷ்ன்னு ஒரு நடிகர். பின்னர் இவர் எம்.பி ஆகக் கூட ஆனார். அவருக்கும் அப்படித்தான். சுற்றியுள்ள கூட்டம் உசுப்பேத்தினதில் மயங்கித்தான் அவரும் ரணகளத்தைச் சந்திச்சார்" என்றான் சிவா!

"எஸ்.. கரெக்ட்..!! இந்த 'உசுப்பேத்தி உசுப்பேத்தி' பிரச்னையை அப்படியே இன்னொரு படத்தில் காட்சியாகவே வடிவேலு நடிச்சுக் காண்பிச்சிருப்பார். அவர் ஒரு சலவைத்தொழில் செய்யும் கடை வச்சிருப்பார். அவருக்கு ஒரு உதவியாளர் இருப்பார். வடிவேலு வெள்ளை வேட்டி சட்டையோட ரோட்டில் போய்க்கிட்டிருக்கும்போது, ஒரு டீக்கடையில் போய், எதிரில் உட்கார்ந்திருக்கும் ஆளோட ஒப்பிட்டு, அந்த உதவியாளர் ஒவ்வொரு ஸ்டெப்பா வடிவேலுவை உசுப்பேத்துவார்!

அவன் மட்டும்தான் டீ சொல்லுவானா?? நீ சொல்லுண்ணே!

நீயும் இந்தப் பேப்பரைப் படிண்ணே!

நீயும் கால்மேல கால்போட்டு உக்காருண்ணே!

நீயும் சாஞ்சு உக்காருண்ணே ! என்று உசுப்பேத்தும்போது, ஒரு ஸ்டூலில் அமர்ந்திருக்கும் வடிவேலு, சாய்கிறேன் பேர்வழி என்று அப்படியே பின்னால் சாய்ந்து சகதியில் விழுந்துருவார். அடுத்த விநாடி, அந்த உதவியாளர் ஓட்டம் பிடிச்சிருவார். அப்போ வடிவேலு சொல்லும் டயலாக் மிக முக்கியமானது..

"நாம் பாட்டுக்கும் செவனேன்னுதானேடா போயிக்கிட்டிருந்தேன். கவுரவம், கவுரவம்னு என் கவுரவத்தையே கெடுத்துட்டியேடா?" என்று புலம்புவார்.

இதை அப்படியே நம் வேலை மற்றும் சொந்த வாழ்க்கையில் ஒப்பிட்டுப் பார்க்கலாம். நாம செஞ்ச வேலைக்கான சரியான பாராட்டு சந்தோஷத்தை அளிக்கும். அதில் தவறில்லை. அதீதமான பாராட்டு கிடைக்கும்போது அது நமக்கு மிதப்பைக் கொடுத்திடாமப் பாத்துக்கணும். வெளியுலகம் பாராட்டினாலும் அது நம்மை பலிவாங்கிடாம பாத்துக்கிட்டாலே போதும்.

ஒரு சிங்கக்குட்டியைப் பார்த்து எல்லா விலங்கும் அந்தச் சிங்கக்குட்டியின் வீரதீரத்தைச் சொல்லிப் பாராட்டலாம். தப்பில்லை. ஒரு முயலோட வீரத்தைப்பார்த்து அதை 'சிங்கக்குட்டி'ன்னு அதோட சக நண்பர்கள் பாராட்டினாங்களாம். ஒரு நிலைல, தான் உண்மையிலேயே சிங்கக்குட்டிங்கிற நினைப்பு அதுக்கு வந்துடுச்சு! அதனால, கேரட்டை விட்டுட்டு மாமிசம் சாப்பிட்டா என்னங்கிற அளவுக்கு அது மிதப்புல திரியும்போது ஒரு சிங்கம் எதிரில் வந்தது. அப்போ இதைச் சிங்கம்னு சொன்ன சக முயல்கள் பின்னங்கால் பிடறியில் அடிக்க ஓடிருச்சு!

ஆனால் நம்ம ஹீரோ முயல், சிங்கத்திடம் "நானும் சிங்கம்தான் தெரியுமில்ல?!" என்று பந்தா செய்ய.. அப்புறம் என்ன? ரணகளம்தான்!

"ஆமா சார்! இந்த டயலாக்.. இப்போ, எங்களுக்கே தேவையான ஒண்ணுதான்! நம்ம பத்திரிக்கைலயே நாமதான் சூப்பர் போலிருக்குங்கிற நினைப்பு எனக்குக் கொஞ்சம் அதிகமா வந்தது உண்மைதான்! இப்போ அந்த நினைப்பின் மண்டைல தட்டுறமாதிரி இந்த வார்த்தை இருக்கு! ஒரு விஷயத்தைக் கட்டுரையாக்கலாம்கிற ஒரு முடிவுக்கு வரோம். அதற்கான கரு உங்களோடது. உங்களுக்கு நேரமில்லாத காரணத்தால் அது சிறப்பாக அமைவதற்காக அதற்குப் பொருத்தமான வார்த்தைகளைப் பயன்படுத்தி கோர்வையாகச் சொல்லுகிற வேலை

எங்களுக்குக் கிடைக்குது. அவ்வளவுதான். அதற்காக இதை எங்க வார்த்தை கள்னு நாங்க மார்தட்டிக்கவே முடியாது. அப்படியிருக்கும்போது அலைஞ்சு சுயமா தகவல்களைச் சேகரித்து அத்தோட தன் சொந்தக் கருத்தையும்சேர்த்து கட்டுரைகளை எழுதும் வினோத்தை நான் ஓட்டியிருக்கவே கூடாது. தாங்க் யூ சார்! சரியான நேரத்தில் வந்த சரியான வசனமா இதை நான் பாக்குறேன்" என்று சிவா உணர்வுப்பூர்வமாகச் சொன்னான்.

க்ரேட்! இந்த ரியலைசேஷனைத்தான் வடிவேலுவின் அந்த டயலாக் நம்கிட்ட எதிர்பார்க்குது! பாராட்டுறதும், பாராட்டுப் பெறுவதும் ரொம்ப நல்ல விஷயம்தான்! அதை எந்த அளவுக்கு நாம் மனசுக்குள் ஏத்துக்குறோம்கிறதுதான் முக்கியம்! என்ற அமுதன் தொடர்ந்தார்.

"இறைவா! என் நினைப்பைவிட என் உண்மை நிலைமை இருக்குமாறு வேண்டுமானால் என்னை உயர்த்து! ஆனால், என் உண்மை நிலைமையை விட என் நினைப்பு அதிகமாக இருக்கும்படி உயர்த்திவிடாதே!" என்ற அற்புதமான பிரார்த்தனையைத்தான் இதற்கு சாவியாக நான் பார்க்கிறேன்.

தன்னை யாரெல்லாம், எப்படியெல்லாம் உசுப்பேத்தினாலும் கண்டுக்காமத் தன் வேலையைப் பார்த்து இன்றுவரை வெற்றியடைஞ்சுக்கிட்டிருக்கும் ஒரு நபர் – சூப்பர் ஸ்டார் ரஜினிகாந்த்! அவரோட இரசிகர்களது வார்த்தைகளைவிட உசுப்பேத்தாத வார்த்தைகள் ஏதாவது இருக்க முடியுமா? தலைவா! முதல்வா! தெய்வமே! என்று பலப்பல அவதாரங்களைச் சொல்லி அவரை உசுப்பேத்தியிருந்தாலும், எதையுமே மண்டைக்குள் ஏற்றிக்காம *Ground Reality* என்னங்கிறதை தான் உணர்ந்திருந்ததால்தான் அவர் அவராகவே இன்னிக்கும் இருக்கார். அவர் நிலைமை உண்மையிலேயே மிகவும் உயரமாக இருந்தபோதும், தன் நினைப்பை அதைவிடக் குறைவாத்தான் வச்சுக்கிட்டார். அதனால் அவரால் பேலன்ஸ் செய்ய முடிஞ்சது! அதேபோல்தான் அமிதாப்பச்சனும். இவர்கள் பந்தா இல்லாமல் இருக்கிறதாலதான் இன்னும் அதிக உயரங்களை ரணகளமில்லாம அடையுறாங்க!"

"இதில் ரணகளம்கிறதை எப்படியெல்லாம் வகைப்படுத்தலாம் சார்?" என்று பூஜா கேட்டாள்.

"வேலையில் ஒரு வெற்றியைச் சந்திச்சு, சக ஊழியர்களாலயும், நிர்வாகத்தாலயும் பாராட்டப்படும்போது, அதை ஒரு உந்துசக்தியாப்

பாத்துட்டு, அடுத்தவேலையைப் பாக்கப்போறவங்க உசுப்பேத்துதல் கட்டத்தை எளிதில் தாண்டி தப்பிச்சுருவாங்க! ஆனால், மற்றவர்களின் பாராட்டில் மெய்மறந்து, அதைப்பற்றிய சிந்தனையோடயே ஒருவர் சுத்திக்கிட்டிருக்கும்போது, கட்டாயமாக, அடுத்த வேலையில் அவங்க சொதப்புவாங்க! பிறருக்கு அந்தத் தவறு, கொஞ்சம் பெரிசாகவே தெரியும். ஏன்னா ஏற்கனவே நாமதான் எல்லார் கண்ணிலயும் பட்டுட்டோமே? ஆஹா... நாம தப்பு செஞ்சுட்டோமே என்று நினைச்சால் பரவாயில்லை. இத்தனை பேரால் பாராட்டப்படுற நாம் தப்பு செய்ய சான்ஸே இல்லைங்கிற நினைப்பில், அடுத்த தப்பையும் செய்யத் துவங்கிடுவோம். இங்கதான் கச்சேரி ஆரம்பிக்கும். யாரெல்லாம் பாராட்டினாங்களோ, அவங்கள்லாம் இப்போ விழுந்து கடிக்க ஆரம்பிச்சுருவாங்க! அதுக்கு நியாயமான காரணமும் சொல்வாங்க! ஆனா அதுக்கு நம் தரப்பு நியாயம் வேறமாதிரி இருக்கும்.!

“இதே வாயாலதானே போன மாசம் அவ்ளோ பிரம்மாண்டமா பாராட்டினீங்க?” என்று பொருமுவோம்.

அவரும் அதே தொனியில்,

“இதே வாயாலதானே போன மாசம் அவ்ளோ பிரம்மாண்டமா பாராட்டினேன்? அப்படின்னா, இப்போ நீங்க தப்பு செஞ்சாலும் அதைச் சுட்டிக்காட்ட எனக்கு உரிமை இருக்குல்ல?” என்று கோல் போடுவார். இந்தச் சூழலில் நம் மனசு சுருங்கிப்போயிடும். இதுதான் முதல் வகை ரணகளம்.!

“அப்போ இரண்டாவது வகை?” என்று சிவா ஆர்வம் காட்ட,

அது உங்க மேட்டரில் நடந்த மாதிரியானதொரு நிகழ்வோட தொடர்ச்சிதான்! நம்மை எல்லாரும் உசுப்பேத்துவதால் நமக்குக் கொஞ்சம் மிதப்பு வரும்போது, அடுத்தவர்களை மட்டம் தட்ட முயற்சிப்போம். அது அவர்களுக்கு அதிகப்படியான எரிச்சலை ஏற்படுத்தும். அப்போ அவர்கள் நாம் செய்யும் ஏதாவது ஒரு சின்னத் தப்புக்காகக் காத்துக்கிட்டிருப்பாங்க! மிதப்பில் இருக்கும் நாமும் சரியா அந்த வலையில் மாட்டுவோம். அதை நம்மிடம் சுட்டிக்காட்டாம, ஊருக்கே அதைத் தம்பட்டம் அடிச்சு, அசிங்கப்படுத்தி, அவர்கள் பழிவாங்கும் உணர்ச்சியைத் தணித்துக்கொள்வதோடு மட்டுமில்லாம, நமக்குக் கிடைச்சுக்கிட்டிருந்த நல்ல பேருக்கும் சேத்து வேட்டு வச்சிருவாங்க! அப்புறம் பாதாளத்தில் விழுந்த நம் இமேஜைத் தூக்கி நிறுத்த முடியாம நாம் தவிக்க ஆரம்பிப்போம்.

இந்தப் பழிவாங்குதலில் இன்னொரு விதமும் இருக்கு! உசுப்பேத்தப்பட்ட நேரத்தில் நாம் மத்தவங்களை மட்டப்படுத்தினதுக்காக, சரியான சந்தர்ப்பம் பாத்து, நாம் தப்பே செய்யாதபோதும், நம்மளை மாட்டி விட்டு வேடிக்கை பாத்துருவாங்க! இதுதான் இரண்டாவது வகை ரணகளம்!

வேலையிடத்தில் மட்டுமில்லை. சமூகத்திலும், பல்வேறு இடங்களிலும் இந்த உசுப்பேத்துதல் நடந்துக்கிட்டுத்தான் இருக்கும். அது நம்மை உற்சாகப்படுத்தும்வரை தப்பே இல்லை. ஆனால், நம்முடைய உற்சாகம் ஒரு கட்டத்தில் எல்லை மீறிப் போய் நாம உண்மையிலேயே சூப்பர்தான்! நம்மை யாராலயும் ஒண்ணும் பண்ணமுடியாதுங்கிற நினைப்பு நமக்கு வரும்போதுதான், நமக்கான ஆப்பை நாமே சீவிக்கிறோம்னு அர்த்தம்.

இன்னிக்கு சமூக வலைத்தளங்களில், சிலர் தங்களது பலப்பல படைப்புகளை வெளியிடும்போது, அவற்றில் ஒருசில படைப்புகள் நிறையப் பாராட்டுக்களைப் பெறும். அதை வைத்து, நாமும் கூடிய விரைவில் மிகப் பிரபலமாகப்போகிறோம் என்ற நினைப்பிலேயே அவர்கள் அதிக நேரத்தை சமூக வலைத்தளங்களில் செலவுசெய்யத் தொடங்கிருவாங்க! அது அவர்களது இயல்பு வாழ்க்கையைப் பாதிக்கும். சரி! அப்படி அந்த வலைத்தளங்களில் கிடைக்கும் அந்தப் பிரபலத்தன்மை தொடருமான்னு கேட்டால் அதுக்கும் உத்திரவாதம் இல்லை. ஃபேஸ்புக் பிரபலம், ட்விட்டர் பிரபலம் என்பதெல்லாம், பெரிய அளவில் மாற்றத்தை ஏற்படுத்திவிடாது என்பதை உணர்ந்து, உண்மையாக உழைத்தால் மட்டுமே, ரணகளமில்லாமல் வெற்றியடையலாம்.

ஏன்னா, வெற்றியடைவது எவ்வளவுக்கெவ்வளவு சிரமமோ, தோல்வி அடைவது அவ்வளவுக்கவ்வளவு சுலபம்! ஒண்ணுமே வேணாம்! கொஞ்சம் மண்டைக்கனத்தோட சுத்தினாலே போதும்!

தோல்வி தானாவே உங்க காலடில வந்து விழும். அதுதான் உச்சபட்ச ரணகளமா இருக்கும்.

குடும்பத்துக்குள் பார்த்தால், அண்ணன் சொன்னா சரியா இருக்கும்! நீங்கதான் எங்க குடும்பத்துக்குக் குத்துவிளக்கு! அக்காதான் எங்களுக்கு மிகப்பெரிய ஆதரவு! உங்க அளவுக்கு புத்திசாலி நம்ம குடும்பத்திலேயே இல்லை! அவருக்கு எல்லா டிப்பார்ட்மெண்ட்டிலும் எல்லாரையும் தெரியும்!ங்கிற ரீதியில் ஏத்திவிட்டுக்கிட்டுருப்பாங்க! அதுவும் அது நம் மனைவியோட, கணவரோட குடும்பம்னா போதும்! அந்த உசுப்பேத்தலை நிஜமா நினைத்துக்கொண்டு அதைக் காப்பாத்த என்ன வேணும்னாலும் செய்யத் தயாரா இருப்போம். அந்த நேரம் பார்த்து,

"உங்களுக்குத் தெரியாத பெரிய மனுஷங்களே கிடையாதே? எப்படியாவது என் மகளுக்கு டிரான்ஸ்ஃபர் வாங்கிக்குடுத்துருங்க! அப்புறம் எனக்கு நீங்க சொந்தம்கிறதுக்கு அர்த்தமே இல்லாமப் போயிடும்!" என்று சொல்லி, தேவையான தகவல்களைக் கொடுத்துவிட்டுப் போயிருவாங்க.

அப்போதே, "மன்னிக்கணும். நீங்க நினைக்கிறமாதிரி இல்லை. எனக்கு யாரையும் தெரியாது. என்று ஒதுங்கியிருந்தால் பிரச்னை இல்லை. ஆனால் நம்ம பந்தா, நம்மளைத் தடுக்கும். நமக்கு, அந்தத் துறையில் ஒரு பியூனைக்கூடத் தெரியாதுங்கிறதுதான் உண்மையா இருக்கும். நமது வாக்கைக் காப்பாற்றுவதற்காக நாம் ரொம்பவும் முயற்சி எடுத்துக்கொண்ட பிறகும் நமது அந்த முயற்சி தோல்வியடைஞ்சா அவர்கள் வாயிலிருந்து வெளிப்படும் டயலாக் அப்படியே மாறும்.

"சும்மா வெட்டி பந்தா ஏன் பண்ணனும்? யாரையும் தெரியாதுன்னா, தெரியாதுன்னு ஒத்துக்கவேண்டியதுதானே? எங்க நேரத்தையும் கெடுத்துப்புட்டாரு!" என்று திட்டிவிட்டுப்போவார்கள். முன்னாடி, எனக்கு எல்லாரையும் தெரியும்னு முடிவெடுத்ததும் நீங்கதான். இப்போ யாரையும் தெரியாதுன்னு முடிவெடுக்கிறதும் நீங்கதான்!னு கத்திச் சொல்லமுடியாத நிலையில் நாம தடுமாறுவோம். அடுத்த கட்டமா, மனைவி "உங்களுக்கு எல்லாரையும் தெரியும். ஆனால் எங்க சொந்தக்காரங்கன்னு

செய்யாம அவாய்ட் பண்ணிட்டீங்க! எனக்கு உங்க குதர்க்க புத்தி புரிஞ்சுபோச்சு!" என்பார். இதான் உச்சபட்ச ரணகளம்.!"

இன்னொரு ரணகளம் இருக்கு! "அண்ணனுக்குப் பாராட்டே பிடிக்காது"னு சொல்லி உசுப்பேத்தி, அதையும் ஒரு பாராட்டாக்கி, 'எனக்குப் பாராட்டு பிடிக்காது'ன்னு நம்மையும் சொல்லவச்சு, பாராட்டுக்கு ஏங்க வச்சு ரணகளப்படுத்துறது!

"ஆக, பாராட்டுக்குரியவர்களாக இருக்கலாம். ஆனால், பிறரது பாராட்டை நாம் அப்படியே நம்பி அதன் பின்னால் போய்விடக்கூடாது. பிறகு விளைவுகள் மோசமாக இருக்கும்னு எடுத்துக்கலாமா சார்!" என்று பூஜா கேட்டாள்.

"நிச்சயமா, இப்போகூட, நீங்க உள்ளே நுழையும்போது, இந்த அலுவலகத்தைப்பத்தி ரொம்பப் பாராட்டினீங்க! அதை நான் பாஸிட்டிவா எடுத்துக்கிட்டேன். ஆனால், இதை இப்படிப் பண்ணினேன். அதை அப்படிப் பண்ணினேன்னு அதுபற்றி பல விளக்கங்களைச் சொல்லி, உங்களைப் போரடிக்காம இருக்க முயற்சி செஞ்சேன். என் சுய தம்பட்டத்தை விட, நீங்க வந்த நோக்கத்தில் நான் கவனம் செலுத்தியதன்மூலம் உங்க உசுப்பேத்துதலை நான் சரியாப் புரிஞ்சுக்கிட்டு ரணகளத்துலேருந்து தப்பிச்சுட்டேன்னு அர்த்தம்!" என்று அமுதன் முடித்தார்.

"அட... அதுக்குள் லஞ்ச் டைமாயிடுச்சு! சாப்பிட்டுட்டுப் பேசலாமா? இல்லை சாப்பிட்டுக்கிட்டே பேசலாமா?" என்று அமுதன் கேட்க,

"சாப்பிடும்போது வேற விஷயங்கள் பற்றிப் பேசலாம். சாப்பிட்டுட்டு வடிவேலு மேலாண்மை பற்றிப் பேசலாம்" என்று சிவா சிரித்தான். கிடைக்கும் கேப்பில், வினோத்திடம் தான் கொஞ்சம் ஓவராகப் பேசியதைச் சரி செய்யும் வகையில் அவனிடம் ஸாரி கேட்கவேண்டும் என்று நினைத்துக்கொண்டான்.

உனக்கு வந்தா ரத்தம் எனக்கு வந்தா தக்காளிச் சட்னியா?

இந்த வசனத்தை, அமுதன் சொன்னவுடன் சிவா சொன்னான்.

"சார்! அதெப்புடி? தானா அமையுதா அல்லது நீங்க திட்டமிட்டுச் சொல்றீங்களா? சரியா சாப்பாட்டுக்கப்புறம் தக்காளிச் சட்னி டயலாக் வருது! அன்னிக்கும் அப்படித்தான், இரவு டின்னருக்கப்புறம் வட போச்சே டயலாக் வந்தது."

"ஆமா சார் நானே கேக்கணும்னு நினைச்சேன்" என்றாள் பூஜாவும் சேர்ந்துகொண்டு!

மெலிதாகச் சிரித்த அமுதன் "அட.. ஆமா! அது ஒரு இயல்பான நிகழ்வுதான்.. ஆனா யதார்த்தமாவே இப்படி நடந்துருச்சு!" என்றார்.

"ஓக்கே! இந்த வசனத்தில் என்னவிதமான மேலாண்மைத் தத்துவம் ஒளிஞ்சிருக்குன்னு யூகிக்க முடியுதா?" என்று கேட்டு முடிக்கும் முன்..

பூஜா சொன்னாள்.. "நம்மளை மாதிரிதான் அடுத்தவங்களும்னு நினைக்கணும். அதானே சொல்லவரீங்க?" என்றாள் உற்சாகமாய்!

46 நேசமணி தத்துவங்கள்

“கரெக்ட்! ஆனால் ஒரு சின்னக் கரெக்ஷன்! எல்லாரையும் சமமா பாவிக்கணும், மதிக்கணும்.. இதைத்தான் இந்த வசனம் சொல்லவருது! இப்போ, இந்த வசனத்தையே ஆராய்வோம்.”

உனக்கு வந்தா ரத்தம்! எனக்கு வந்தா தக்காளிச் சட்னியா?

என்று வடிவேலு கேட்கும் தொனியே ஒரு சுய இரக்கத்தோடயும், அதன் விளைவா வந்த கோபத்தோடயும் இருக்கும். இதுதான் இன்னிக்கு பல கார்ப்பரேட் நிறுவனங்களில் நடந்துக்கிட்டிருக்கிற கொடுமை! ஒரு நல்ல ஊழியரின் நியாயமான பிரச்னையைப் புரிஞ்சுக்காமப் புறக்கணிச்சுடுவாங்க! ஆனால் அதே அளவு பிரச்னை உள்ள இன்னொரு ஊழியருக்குக் கொஞ்சம் அதிகச் சலுகைகள் கொடுத்துப் பாதுகாப்பாங்க! அப்போ அந்த பாதிக்கப்பட்ட ஊழியனுக்கு, இந்த வசனம்தான் தோணும்.

எவ்வளவு நேர்மையா உழைச்சாலும்,என்னைவிட, இன்னொருத்தரை கொஞ்சம் அதிகமா இந்த நிறுவனம் நேசிக்கும்போது, நான் ஏன் இந்த நிறுவனத்தை நேசிக்கணும்? என்று யோசிக்க ஆரம்பித்துவிடுவார். அந்த விநாடியில் இருந்து ஒரு நல்ல ஊழியரின் நம்பிக்கையை அந்த நிறுவனம் இழக்கத் துவங்கும். எல்லோரையும் சமமாக நடத்துறதுதான் ஒரு நல்ல நிறுவனத்தின் மதிப்பையே உயர்த்தும்.

“அரசு சட்டங்களால் அமைய வேண்டுமே அன்றி மனிதர்களால் அல்ல!”-ன்னு ஒரு அற்புதமான வரி ஜூனியர் சேம்பர் இன்ட்டர்நேஷனல் எனப்படும் *JCI* யின் கோட்பாட்டில் வரும். அந்த வரி அனைத்து நிறுவனத்துக்கும் பொருந்தும்.

“நிறுவனம் சட்டங்களால் அமையவேண்டுமே அன்றி மனிதர்களால் அல்லன்னு எடுத்துக்கலாமா?” என்று சிவா கேட்க,

“சரியாச் சொன்னீங்க! அதைக் கொஞ்சம் மாற்றி,

நிறுவனம் விதிகளால் அமையவேண்டுமே அன்றி, மனிதர்களால் அல்லன்னு எடுத்துக்கலாம். ஒரு நிறுவனத்தில் ஒரு விதி போடப்பட்டிருந்தால், அதை எல்லா ஊழியருக்கும் சமமாப் பயன்படுத்தும்போதுதான் நிறுவனத்தின் நம்பகத் தன்மை அதிகரிக்கும். இந்த இடத்தில் இன்னொரு விஷயம் கவனிக்கணும். நிறுவனங்கள் எல்லாத்திலயும் நிறைய விதிகள் இருக்கத்தான் செய்யுது! ஆனால் அதைச் செயல்படுத்தும் மனிதர்கள்தான் அதைத் தனக்கேத்தமாதிரி வளைச்சுக்கிறாங்க! தனக்குப் பிடிச்சவங்க, பிடிக்காதவங்கன்னு பார்த்து அதற்கு ஏற்றாற்போல், விதியைக் கடுமையா உபயோகப்படுத்துறாங்க அல்லது தளர்த்துறாங்க! அப்போதான் இந்த சமநிலை இல்லாத தன்மை வருது!

நிறுவனம் ஒரு சட்டம் போட்டிருக்கும்போது, அதை எல்லோருக்கும் சமமாப் பயன்படுத்துவதுதான் சரி! பொதுவா, சில அதிகாரிகள்,

தனக்குப்பிடித்த ஊழியர்கள், பிடிக்காத ஊழியர்கள்ன்னு பிரிச்சுக்கிட்டு அதுக்கேத்தமாதிரி செயல்படுவாங்க!

மேலும் சில நிறுவனங்களில், ரெண்டு உயரதிகாரிகளுக்குள் பிரச்னை இருக்கும். இரண்டு பேர் தரப்புக்கும் ஆதரவான ஊழியர்கள் இருப்பாங்க! சுருக்கமா இதை கோஷ்டின்னும் சொல்லலாம். அப்போ, ஒரு அதிகாரி இன்னொருவருக்குப் பிடிச்ச ஊழியர்களை மட்டமா நடத்துவாரு! அல்லது, தனக்கு சாதகமான ஊழியர்களுக்கு மட்டும் சலுகைகளோ, லீவோ கொடுப்பாரு! அதேபோல்தான், அந்தப்பக்கமும்...! இதில் இந்த இரண்டுபேருடைய சொந்த வெறுப்பினால், ஒரு சில ஊழியர்களும் பாதிக்கப்படுவாங்க! நிறுவனத்தின் உற்பத்தித்திறனும் பாதிக்கப்படும்.

ஒரு உயரதிகாரியா, இந்த விஷயத்தில் எப்படி சார் நடந்துக்கணும்? என்றாள் பூஜா!

அமுதன் தொடர்ந்தார்.

- நிறுவனத்தின் சட்டதிட்டங்களை முழுமையாக அதிகாரிகள் பின்பற்றவேண்டும். தான் தாமதமாக வந்துவிட்டு, அதே செயலுக்காக, ஊழியர்களைக் கூப்பிட்டுக் கண்டிப்பதில் அர்த்தமே இல்லை.

- ஒருஊழியரின்வேலையையும்,அவருடையகுணாதிசயத்தையும் தனித்தனியே பிரித்துப் பார்க்கத் தெரிந்திருக்கவேண்டும்.

- தனக்குப் பிடித்த ஊழியர், பிடிக்காத ஊழியர் என்ற பாகுபாட்டுடன் பழகக் கூடாது. பிடித்த ஊழியர் தவறு செய்தால் நடவடிக்கை எடுக்கவேண்டும். பிடிக்காத ஊழியர் நல்லது செய்திருந்தால் அங்கீகரிக்கத் தெரிந்திருக்கவேண்டும்.

- ஊழியரின் நிலையில் இருந்து பார்த்து, அவர்கள் பிரச்னையை அணுகவேண்டும். "உணவில்லையென்றால், ரொட்டிகளைத் தின்னலாமே?" என்ற மேட்டிமைத்தனமான பதில்கள் அதிகாரிகள் மேல் வெறுப்பைத்தான் கொண்டுவரும்.

- கண்டிப்பு என்ற பெயரில் கடுகடுப்பாக இருக்கக்கூடாது. அமைதியாக, புன்னகையுடன், அதேசமயம் உறுதியாகப் பேசினாலே அடுத்தவர் நிலையை உணரும் சூழல் வந்துவிடும்.

- **நிறுவன மேலதிகாரிகளிடமும், தன் நிலையை எடுத்துச்சொல்லும்போது உணர்ச்சி வசப்படாமல், பொறுமையாக நடந்துகொண்டு, தனக்கு வந்தது தக்காளிச் சட்னி இல்லை இரத்தம்தான் என்று புரியவைக்கவேண்டும்.**
- **உள் அலுவலக அரசியலில் இருந்து மட்டுமல்ல! கெட்ட பெயரிலிருந்தும் தப்பிக்க, எல்லோரிடத்திலும், அவர்கள் நிலையைப் புரிந்துகொண்டு நடந்துகொண்டால் போதும்.**

இந்தக் காலகட்டத்தில், நிறைய கால் சென்ட்டர்கள் செயல்பட்டுக்கிட்டிருக்கு! அதில் சில உயரதிகாரிகள் தனக்குப்பிடித்த ஊழியர்கள்கிட்ட மட்டும் எப்படி நடந்துக்கிறாங்க? பிடிக்காதவங்களை எப்படி ஷிஃப்ட் மாற்றுவது, தவறுகள் கண்டுபிடித்து பதவி உயர்வையோ, சம்பள உயர்வையோ, ஏன் சம்பளத்தையோ நிறுத்துவதுன்னு ஏகப்பட்ட பிரச்னைகள் செய்யுறாங்கன்னு பல ஊழியர்கள் சொல்லக் கேட்டிருக்கோம். இதை நிறுவனம் செய்யச் சொல்லாது. நிறுவனம் நியாயமான காரணத்துக்குப் பாராட்டும், தவறான காரியத்துக்குத் தண்டனையும் கொடுக்கத்தான் விரும்பும். ஆனால் பூசாரிகளாக இருக்கும் சில அதிகாரிகள்தான் இந்த வேலையைப் பாத்துடுறாங்க! அதுனால, நல்ல ஊழியர்களை நிறுவனம் இழந்துடும்.

வடிவேலுவின் "உனக்கு வந்தா ரத்தம்! எனக்கு வந்தா தக்காளிச் சட்னியா?ங்கிற இந்த வசனத்தை நாம நிறுவனத்தின் உயரதிகாரிகளுக்கு மட்டுமில்லை, ஒவ்வொரு ஊழியருக்குமே பயன்படுத்தலாம்.

ஊழியர்களும், நிறைய சந்தர்ப்பங்களில், தான் மட்டுமே முக்கியம், மற்றவர்கள் அந்த அளவுக்கு முக்கியமில்லை என்ற சிந்தனையில் இருக்கிறார்கள்.

ஆனால், ஊழியர்ங்கிறவர், அந்த நிறுவனத்தின் அங்கம் ! நிறுவனம் என்ன சட்டதிட்டம் வச்சிருக்கோ, அதற்கு அவரும் கட்டுப்படணும். ஆனால், எனக்கு மட்டும் இதிலிருந்து விதிவிலக்கு வேணும்னு நினைக்கும்போது - அவர் நல்லவராகவே இருந்தாலும் - மற்ற ஊழியர்களின் வெறுப்பை ஒரு விநாடியில் சம்பாதிச்சுருவாரு!

ஊழியர்கள் இரண்டு இடங்களில் தனக்கு வந்தது ரத்தமா, தக்காளிச் சட்னியா என்று காட்டவேண்டியது கட்டாயமாகுது ! ஒன்று, தனது உயரதிகாரிகள்கிட்ட, அடுத்து, சக ஊழியர்கள் மற்றும் தனக்கு அடுத்தகட்டத்திலுள்ள ஊழியர்கள்கிட்ட!

இதில், தன் நிலையைச் சரியாப் புரியவைக்கவேண்டிய கட்டாயமும் ஒவ்வொரு ஊழியருக்கும் இருக்கு! அதேபோல் செய்த தவறை ஒத்துக்கொள்ளும் மனசும் இருந்தாத்தான், என் நிலைமை இது! இனிமேல் இது நடக்காது! என்ற ரீதியில் பேசலாம்.

சுரேகா 49

தனது உயரதிகாரிகள்கிட்ட, தன்மையா அதே சமயம் பயமில்லாம நடந்துக்கிட்டாலே தன் தரப்பை நியாயமாச் சொல்லும் திறமை வந்துரும்.

அதேபோல் தனக்குக் கீழ் உள்ளவர்களிடம் தன் நிலையை எடுத்துச் சொல்லும்போது அவர்களையும் பேசவிட்டு அவர்கள் கருத்தைக் கேட்டுக்கொண்டு செயல்பட்டால், அவர்களும் நம்மை மதிச்சுக் கேக்குறார். அவர் சொல்வதையும் கேட்போம்னு அவர்களைச் சிந்திக்க வச்சுரலாம்.

ஆங்கிலத்தில் 'EMPATHY'ன்னு ஒரு வார்த்தை இருக்கு! அதாவது மற்றவர் நிலையில் இருந்து சிந்தித்துப் பார்ப்பது. உனக்கு வந்தா ரத்தம்! எனக்கு வந்தா தக்காளிச் சட்னியாவின் உண்மையான பரிமாணம்!

"இந்த விஷயத்தில் ஊழியர்கள் எப்படி நடந்துக்கணும் சார்!" என்றான் சிவா.

அமுதன் தொடர்ந்தார்.

- ஊழியர்கள், ஒவ்வொரு செயல்பாட்டிலும். "நாம் ரொம்பப் பாவம்" என்று எண்ணுகிற மனநிலையிலிருந்து வெளியில் வரவேண்டும். இந்த சுய பச்சாதாபம்தான் பல்வேறு சந்தர்ப்பங்களில் அவர்களது முன்னேற்றத்திற்குத் தடையாக இருக்கும்.

- உயரதிகாரியிடம் பேசும்போது, அவர் நிலையில் இருந்தால் நாம் என்ன முடிவெடுப்போம் என்று சிந்தித்துப் பார்த்துவிட்டு, பின்னர் நம் நிலையை அவரிடம் சொல்லலாம்.

- உயரதிகாரி, நம்மைச் சட்டத்துக்குப் புறம்பாக, அதாவது விதிகளை மீறி செயல்படத் தூண்டினால் அதைச் செய்யாமல்

பக்குவமாக உங்கள் நிலைப்பாட்டை அவருக்குப் பொறுமையாக எடுத்துச் சொல்லலாம்.

- சக ஊழியர்களை எந்த இடத்திலும் 'உனக்கு என்னப்பா! மேனேஜரை நல்லாத் தெரியும். அவர் ஊர்க்காரன் நீ, அவர் ஜாதிக்காரன் வேற, உனக்கு என்ன குறைச்சல் என்ற ரீதியில் அவர்கள் வளர்ச்சிக்கு வேறு விஷயங்களைக் காரணமாகக் கூறி அவர்களைக் கொச்சைப்படுத்துவதைத் தவிர்க்கவேண்டும்.

- சக ஊழியர்களை யாருடனும் ஒப்பிட்டுப் பேசாமல் இருப்பது நலம்.

- சொந்தப் பகையையோ, விருப்பு, வெறுப்புகளையோ சக ஊழியர்களின் வேலை விஷயத்தில் காட்டாமலிருந்தாலே நமக்கு வரும் தக்காளிச் சட்னியிலிருந்து தப்பிக்கலாம்.

- நமக்குக் கீழுள்ள கடைநிலை ஊழியர்களையும், தங்களது நண்பர்களாகவே மதித்து நடத்த வேண்டும். இயலாவிட்டால் அவர்களை மனிதர்களாகவாவது மதிக்கத் தெரிந்திருக்க வேண்டும். அதுதான் நம்மைப் பற்றிய நல்ல அபிப்பிராயத்தை அவர்கள் மனதில் விதைக்கக் காரணமாக இருக்கும்.

- முக்கியமாக, 'மட்டும்'கிற வார்த்தையைப் பயன்படுத்தாமல் இருப்பதுதான் இரண்டு தரப்புக்குமே நன்மையைத் தரும்! "யாருக்கும் தெரியாம எனக்கு மட்டும் பர்மிஷன் கொடுங்க!" என்று மேலதிகாரியிடம் கேட்பது தவறு!

- பின்னர் அவருக்கு மட்டும் ஏன் சலுகை தரீங்க என்று மற்றவர்கள் கேட்பதற்கு அது வழி ஏற்படுத்திவிடும்.

சமூகத்திலும், உனக்கு வந்தா ரத்தம் பார்ட்டிகள் நிறையப்பேர் இருக்காங்க! ஒரு தெருவில், எல்லோருக்கும் ஒரு பொது விதி என்று

ஒன்று இருந்தால், அதை மீறி தெருவை அடைத்துப் பந்தல் போடுவது, குப்பைகளைச் சாலையில் கொட்டுவது, தண்ணீர்க் குழாயில் மோட்டார் வைத்து தண்ணீர் எடுப்பது போன்ற செயல்களைச் செய்தால் அது மற்றவர்களுக்கு எரிச்சலை ஏற்படுத்தும்.

"ஆமா சார்! அதுவும் ஏதாவது பொது அலுவலகத்தில், நாம் வரிசையில் காத்திருக்கும்போது, க்யூவையே மதிக்காமல், நேராக உள்ளே போறவங்களைக் கண்டா, இந்தக் கேள்வியைக் கேட்கத்தோணும்" என்று அனுபவித்துச் சொன்னான் சிவா!

கரெக்ட். அதேபோல், குடும்பத்துக்குள்ளும், கணவன் மனைவிக்கிடையில் இது சாதாரணமாக நிகழும். கணவனின் உறவினர்கள் ஏதாவது தவறு செய்திருந்தால் அதைப் பெரிதாக எடுத்துக்காம, அதே தவறை மனைவியின் உறவினர்கள் செஞ்சிருந்தா தாம் தூம்னு குதிக்கும் ஆட்கள் இருக்கத்தான் செய்யுறாங்க! அதேபோல்தான் சில பெண்களும் நடந்துக்குவாங்க! அதுவும் பெண்களுக்குள் இது இன்னும் அதிகம்! சில வீடுகளில் மாமியார், மருமகள் மனஸ்தாபத்துக்கு இதான் காரணமா இருக்கும்."

"இதைத்தான் மாமியார் உடைச்சா மண்குடம். மருமக உடைச்சா பொன்குடம்னு நம்ம தமிழ்ப்பழமொழி முன்னாடியே சொல்லியிருக்கு போல" என்று சிவா சொல்ல..

"ஆமாம். இதுபோன்ற நடவடிக்கைகளே, சண்டைக்குக் காரணமாகிப் பிரிவு வரைக்கும் கொண்டுவிட்டு விடும். இதில் உண்மை என்னன்னா, தம்பதிகள் ரெண்டுபேருக்கும் இடையில் நேரடியா எந்தச் சண்டையும் இருக்காது. 'உன் வீட்டு ஆட்கள் மட்டும் உசத்தியா?' என்ற ரீதியில் நடக்கும் வாக்குவாதத்தில் வார்த்தைகள் தடித்து, அது பெரிய பிரச்னையில் போய் முடியும். ஆக, ரெண்டுபேருக்குமே ரத்தம் வருவது உறுதி! அது தக்காளிச் சட்னியாகவே இருக்க வேண்டுமானால், இருவீட்டாரையும் சமமாக நடத்த முயற்சிப்பதுதான் சாலச் சிறந்தது!

"ஒவ்வொரு தனி மனிதனுக்குமே நம்மைத்தான் ரொம்பப் பிடிக்கும். அப்புறம் நமக்குப் பிடிச்சவுங்க செய்யுற எல்லாச் செயலும் பிடிக்கும். பிடிக்காத ஆள் எது செஞ்சாலும் பிடிக்காது. அதில் ஏதாவது குற்றம் கண்டுபிடிப்போம். ஆக ஆளைப்பொறுத்துதான் நம்ம ரியாக்ஷன் இருக்கும். ஆனால், நாம் வளர வளர இந்தக் குணமும் நம்மிடம் வளராமப் பாத்துக்கணும். பிடித்தவர், பிடிக்காதவர்ங்கிற எல்லையை விட்டு, செயலுக்கேற்றார்ப்போல் விமர்சனமோ, பாராட்டோ வெளிப்பட்டால்தான் நாம் குறுகிய காலத்தில் வெற்றியடையலாம்" என்று சொல்லி முற்றுப்புள்ளி வைத்தான்.

அடுத்தடுத்த நாட்கள் பரபரப்பாக ஓடின. இடையில் சிவாவும், பூஜாவும் தங்களது பல்வேறு நடவடிக்கைகளில் தங்களிடம் மாற்றம் ஏற்பட்டுள்ளதை உணர்ந்தார்கள். தங்களுக்குக் கொடுக்கப்பட்ட வேலையைத் திறம்படச் செய்ய முயன்றார்கள். பாராட்டையும்,

விமர்சனத்தையும் சமமாகப் பாவித்தார்கள். எல்லா விஷயங்களையும் தள்ளிப்போடாமல் செய்தார்கள். சிவா, புதுப்பிக்காமல் வைத்திருந்த பைக் இன்ஷூரன்ஸை உடனடியாக ஆன்லைனிலேயே புதுப்பித்தான். அதுவரைத் தாமதப்படுத்தி வந்த வேலைகளில் கொஞ்சம் கவனம் செலுத்தி அதை உடனடியாக முடித்தார்கள்.

பூஜாவின் அத்தையும், அவள் அப்பாவும் பேசிக்கொள்ளாமல் இருந்தார்கள். அப்பா தரப்பில் இருந்த தவறைச் சொல்லி, அதையே அத்தை செய்தால் மட்டும் தவறா என்று கேட்டு, அவரைவிட்டு அத்தைக்குப் போன் செய்ய வைத்தாள். அதில் அத்தை மிகவும் மகிழ்ச்சியடைந்து அடுத்த நாளே தனது தம்பியைப் பார்க்க வீட்டுக்கே வந்துவிட்டார். பூஜாவின் அப்பாவோ 'எல்லாம் தன் மகளால்தான்' என்று சொல்லிப் பெருமைப்பட்டுக்கொண்டார். ஆனால் பூஜா நினைத்துக்கொண்டாள். "எல்லாம் வடிவேலுவால்தான்!"

அடுத்த வாரத்தில், பூஜாவும், சிவாவும் இரண்டு நாட்களை ஒதுக்கி அமுதனைச் சந்தித்து, அடுத்தடுத்த வசனங்கள் பற்றிக் கலந்துரையாடி அதைப் பதிவு செய்துகொண்டார்கள். மீண்டும் அலுவலகம் வந்து அதுபற்றி ஆரோக்கியமாக விவாதம் நடத்தினார்கள். அதன் அடிப்படையில் கட்டுரைகள் தயார் செய்து, அதனை அமுதனுக்கு அனுப்பி அவர் ஒப்புதல்பெற்ற பிறகு ஆசிரியரிடம் சமர்ப்பித்தார்கள்.

அடுத்த பாகத்தின் வசனம் - இளங்காற்று இதழின் முன் அட்டையிலேயே வந்தது.

வெளியூருக்கும் பயிற்சிகள் கொடுக்கச் சென்றிருந்த அமுதன் உடனடியாக அதை வாங்கிப் படிக்கத் துவங்கினான்.

வரலாறு மிக முக்கியம் அமைச்சரே!

வடிவேலு வசனங்களில் மனதைப் பறிகொடுத்த வாசகர்கள், இந்த வார்த்தையையும் நிச்சயம் தன் வாழ்நாளில் ஒருமுறையாவது பயன்படுத்தி யிருப்பார்கள்.

அந்த அளவுக்கு உண்மையான, மேலாண்மைக்குத் தேவையான வசனம் இது!

ஆவணப்படுத்துதலின் அவசியத்தை இதைவிடத் தெளிவாக யாராலும் சொல்லமுடியாது.

இன்று ஒட்டுமொத்த உலகமும், புள்ளிவிபரங்கள், எண்கள், நிகழ்வுகள் அதன் காட்சிகள், சாட்சிகள் என்றுதான் இயங்கிக்கொண்டிருக்கிறது. இப்பொழுது உங்கள் கையிலிருக்கும் இந்தப் பத்திரிகைக்குக் கூட ஒரு பின்னணி இருக்கிறது. இந்த இதழை யார் தோற்றுவித்தார்கள்? யாரெல்லாம் முதல் இதழ் வெளிவரும்போது இதில் பணியாற்றினார்கள் என்பது போன்ற பல்வேறு தகவல்களை இணையத்திலேயே பார்த்துக்கொள்ளலாம். அந்தத் தகவல்களை இணையத்தில் நாங்கள் பதிவு செய்ததுதான் ஆவணப்படுத்துதல்!

6

இது தகவல் உலகம். எல்லா நிகழ்வுகளைப் பற்றிய குறிப்புகளும், நிறுவனங்களையும், தனிமனிதர்களையும் பற்றிய தகவல்களும் எங்குபார்த்தாலும் கொட்டிக்கிடக்கின்றன. அத்தகைய தகவல்களைத்தான் சில காலத்துக்குப் பிறகு வரலாறு என்று சொல்கிறோம். "இன்றைய செய்தி! நாளைய வரலாறு" என்ற வார்த்தைகூட இதன் அடிப்படையில் வந்ததுதான். அவ்வாறு ஒவ்வொரு நிறுவனமும் முறையாக ஆவணங்களைப் பராமரிக்க வேண்டும் என்பதுதான் இந்த வசனத்தின் அடிப்படை!

ஒரு நிறுவனத்தின் அதிகாரிகள், ஊழியர்கள் பற்றிய விபரங்களாகட்டும். அந்த நிறுவனத்தின் நிதி விபரங்களாகட்டும். செயல்பாட்டு விபரங்களாகட்டும். அனைத்தையும் முறையாக ஆவணப்படுத்துவதுதான் அந்த நிறுவனத்தை வெற்றியை நோக்கி அழைத்துச் செல்லும்.

மிகப்பெரிய நிறுவனங்கள் மிகவும் சிறப்பாக ஆவணப்படுத்தலுக்கான வழிமுறைகளைக் கடைப்பிடிக்கின்றன. ஆனால் அங்கும் சில நேரங்களில் சில தவறுகள் நிகழ்ந்துவிடுகின்றன. அதற்குக் காரணமாக அந்த வேலையைச் செய்கின்ற ஊழியராகத்தான் இருப்பார். ஏனெனில் நிறுவனம் ஒரு வேலைக்கான கட்டமைப்பைத்தான் உருவாக்கித் தரமுடியும். ஆனால், அந்த வேலையைச் செய்யவேண்டியவர்கள் அதை முறையாகச் செய்யாவிட்டால், குழப்பம்தான் மிஞ்சும்.

அது ஒரு பன்னாட்டு நிறுவனம். அந்த நிறுவனத்திற்குள் ஒரு பார்வையாளர் நுழைகிறார் என்றால், அங்குள்ள கண்காணிப்புக் கேமராக்களின் எல்லைக்குள் அவர் வந்துவிடுவார். அதற்குப் பிறகு அவரது நடமாட்டம் முழுமையாகக் கண்காணிப்புக்குள் இருக்கும். அங்குள்ள கண்காணிப்பு அறையில் இதுபோன்று பொருத்தப்பட்டிருக்கும் பல கேமராக்களிலிருந்து வரும் பல்வேறு பகுதிகளின் காட்சிகள் ஓடிக்கொண்டிருக்கும். அவற்றை உன்னிப்பாகப் பார்த்துக்கொண்டிருப்பதற்கும், ஒவ்வொரு அரை மணி நேரத்துக்குப்பிறகும், அந்தக் கேமராக் காட்சிகளைப் பதிவு செய்வதற்குமான கணிப்பொறி வசதிகளை நிறுவனம் செய்துகொடுத்திருந்தது.

கண்காணிப்பாளரின் வேலை, அந்தக் காட்சிகளைக் கண்கொட்டாமல் பார்ப்பது, கணிப்பொறியின் ஹார்டு டிஸ்கில் பதிவது! தேதி, நேரம் வாரியாகப் பிரதியெடுத்து வரிசைப்படுத்துவது ஆகியவைதான்.

ஒரு நாள் அந்த நிறுவனத்துக்குள் வந்து சென்றவன் ஒரு தீவிரவாதியாக இருப்பது தெரிந்து அவனைப் பற்றி காவல்துறை விசாரிக்கும்போது, அன்றைய கேமராக் காட்சியைப் பார்க்க விரும்புகிறார்கள். ஒவ்வொரு நாளாகப் பார்த்துக்கொண்டே வரும்போது, அந்தக் குறிப்பிட்ட நாள் காட்சிகள் பதிவாகவே இல்லை

என்று தெரியவருகிறது. அப்படி யானால், கண்காணிப்பாளருக்கும் இதற்கும் தொடர்பிருக்கிறது என்று சந்தேகப்பட்டு அவரையும் விசாரணை வளையத்துக்குள் கொண்டு வந்து விட்டார்கள்.

இதில் காவல்துறைக்கு இரண்டு பிரச்னை- ஒன்று : அன்று வந்தது யார் என்றே தெரியாமல் போனது. இரண்டு: அப்படி வந்தவன் தீவிரவாதி என்றால், கண்காணிப்பாளர் அவனுக்கு உடந்தை என்பதால் அதை அவர் அழித்திருக்க வாய்ப்பிருக்கிறது என்பது.

ஆனால், உண்மையில் நடந்தது என்னவென்றால், குறிப்பிட்ட தினத்தன்று, காட்சிகளைப் பதிவு செய்யும் ஹார்ட் டிஸ்கில், தேவைப்படும் அளவுக்குக் காலியிடம் இல்லாததால்,- அந்தக் காட்சிப் பதிவுகளை மொத்தமாக பேக்கப் எடுக்கும்வரை - அன்று வந்து சென்ற வர்களையெல்லாம்தான் நாம்தான் பார்த்துவிட்டோமே என்ற நினைப்பில் அந்தக் கண்காணிப்பாளர் அந்தப் பதிவுகளை அழித்திருக் கிறார். அவருக்கும் வந்துசென்றவன் யாரென்று தெரியாது. ஆனால், மாட்டிக்கொண்டபின் நினைத்திருப்பார். "வரலாறு மிக முக்கியம் அமைச்சரே!" என்று!

இந்த நிகழ்வில், நிறுவனத்தின் மீது எந்தத் தவறும் இல்லை. அவர்கள் ஆவணப்படுத்த எல்லா ஏற்பாடுகளும் செய்துவைத்திருந்தாலும், அதனைச் செயல்படுத்துபவர் சொதப்பியதால் வந்த வினை இது!

ஒவ்வொரு நிறுவனத்திலும் இது நிகழும்.

- பார்வையாளர்களின் பதிவேட்டில் முழுமையான விபரங்களை பதிவு செய்யச் சொல்லி வாங்காதது
- வருகைப் பதிவேட்டில் கையொப்பம் வாங்க மறந்துபோவது
- பொருட்களின் வருகை மற்றும் அனுப்பும் விபரங்களில் தவறு செய்வது
- வங்கியில் பணம் செலுத்திய ரசீதைத் தொலைத்துவிடுவது
- பல்வேறு செக்குகளை வங்கியில் கட்டுவதற்காக அதற்கான தாளில் எழுதும்போது, செக்குகளின் எண்களை ஒரு குறிப்பேட்டில் தனியாக எழுதாமல் விடுவது
- ஒரு முக்கியமான மீட்டிங்கின் விபரங்களைப் பதிவு செய்யாமல் விட்டுவிடுவது
- ஒரு சில சந்திப்புக்கான தேதி, நேரங்களை முடிவுசெய்தபின் அதைக் குறித்துவைக்காமல் மறந்துவிடுவது

- கடிதம் அனுப்பிய கொரியர் ரசீதை முறையாகக் கோப்பில் வைக்காமல் இருப்பது
- அனுப்பிய கடிதத்திற்கு நகல் வைத்துக்கொள்ளாமல் இருப்பது என்று அதன் பட்டியல் நீண்டுகொண்டே இருக்கும். ஆனால் இவற்றைச் செய்யாவிட்டால் என்ன குடியா முழுகிவிடும் என்று கேட்டுக்கொள்வதால்தான், அலட்சியப்படுத்துவ தால்தான் அவை சரியாகப் பதிவுகள் செய்யப்படுவதில்லை. ஆனால், ஒரு பிரச்னை என்று வரும்போது ஒரு சின்னக் கையெழுத்தோ, பதிவோ இல்லாமல் போனதால் அதை சாட்சியாகக் காட்டமுடியாது போய் அதனால் நொந்து போயிருக்கும் நிறுவனங்கள் ஏராளம்!
- அப்போது, அந்தக் குறிப்பிட்ட ஊழியர் சொல்வது.. ஸாரி சார்! தெரியாம நடந்துருச்சு! என்ற வார்த்தையை.
- ஆனால், கொஞ்சம் கவனமாக ஒவ்வொரு ஆவணத்தையும் சரியாகப் பயன்படுத்தியிருந்தால், ஆவணப்படுத்தியிருந்தால் இந்தத் தவறு நிகழ்ந்திருக்காது.
- இதில்தான் நிர்வாகிகள் கவனித்து நிறைவேற்றவேண்டிய முக்கியச் செயல்கள் இருக்கின்றன.
- ஒவ்வொரு நிறுவனத்துக்கும் வரலாறு முக்கியம் என்ற செய்தியை ஒவ்வொரு ஊழியருக்கும் அந்நிறுவனம் கடத்த வேண்டியது அவசியம்.
- நிறுவனத்தின் வரலாற்றை ஒரு சிறு குறிப்பாக அலுவலகத்தில் ஒட்டிவைக்கலாம்.
- ஒவ்வொரு நிகழ்வையும் ஆவணப்படுத்தலாம். இப்போது செல்ஃபோன்களில் நல்ல கேமராக்கள் இருப்பதால், முக்கிய நிகழ்வுகளின் புகைப்படங்களை ஒரு ஆவணமாகவும், அதையே காகித உருவில் மற்றொரு ஆவணமாகவும் வைத்துக்கொள்ளலாம்.
- ஊழியர்கள் வெளியில் செல்லும்போதும், உள்ளே வரும்போதும் நேரத்தைக் குறிக்க ஏற்பாடு செய்யலாம். அது ஒழுங்காக நடைபெறுகிறதா என்று அடிக்கடி சோதிப்பது அவசியம்.
- விற்பனை நிறுவனமாக இருந்தால், தங்கள் விற்பனைப் பிரதிநிதிகள் அன்றாடம் சந்தித்த வாடிக்கையாளர்களைப் பற்றிய குறிப்புகளை சரியான கட்டமைப்பில் மேலதிகாரிக்குச் சமர்ப்பிப்பதை வலியுறுத்தவேண்டும்.
- சேவை நிறுவனமாக இருந்தால், வழங்கப்பட்ட சேவை பற்றிய குறிப்புகளை அன்றாடம் ஆவணப்படுத்த ஏற்பாடு செய்ய வேண்டும்.
- ஊழியர்கள் ஒவ்வொருவருக்கும் அவர்களுக்குக் கொடுக்கப்பட்டிருக்கும் வேலைகள் பற்றிய தெளிவை

ஏற்படுத்த வேண்டும். தன் பதவிக்கான வேலைகள் என்னென்ன என்பது பற்றி அவர்களுக்குத் தெளிவாகத் தெரிந்திருக்க வேண்டும்.

- அந்தந்த வேலைகளில், வருடத்துக்கு ஒருமுறை, மாதத்துக்கு ஒருமுறை, வாரத்துக்கு ஒருமுறை, மற்றும் தினசரி எந்த மாதிரியான ஆவணங்களைச் சமர்ப்பிக்கவேண்டும் என்ற தெளிவான பார்வையை அவர்களுக்குக் கொடுக்கவேண்டும்.

- அப்படி தினசரி செய்யவேண்டிய வேலைகளை அவர்கள் ஒழுங்காகச் செய்யாதபோது உடனடியாக அதனை வலியுறுத்த வேண்டும். அப்படிச் செய்யாமல் அவர்கள் போக்குக்கே விடுவதால்தான், பல நிறுவனங்கள் முறையான ஆவணங்கள் இல்லாமல் தவிக்கின்றன.

- வாரம் ஒருமுறை அல்லது மாதம் ஒருமுறை அனைத்து ஊழியர்களையும் சந்தித்து, அவர்கள் கருத்துக்களைக் கேட்டு அவற்றையும் ஆவணப்படுத்தவேண்டும்.

இவையெல்லாம் ஒரு நிறுவனத்தின் வளர்ச்சிக்கு மிகவும் முக்கியமானதாக இருக்கும்.

அதுவும், முக்கியமாக, நிதி தொடர்பான ஆவணங்கள் ஒவ்வொன்றும் மிகமிக முக்கியமானவை. பணம் கொடுத்த வவுச்சர்கள், பெற்றுக்கொண்ட இரசீதுகள், சில வரைவோலைகளின் நகல்கள், நாம் கொடுத்த காசோலைகளின் நகல்கள் போன்றவை நம்மிடம் இருப்பது மிகவும் நல்லது!

ஒரு நிறுவனத்தின் ஆண்டறிக்கை என்பதே, அது அந்த ஆண்டில் என்னென்ன வேலைகள் பார்த்தது, அதில் எவ்வளவு சம்பாதித்தது என்ற வரலாறுதான்! அப்படியெனில் ஒவ்வொரு ஊழியரும் அந்த வரலாற்றை உருவாக்குவதற்குப் பாடுபடவேண்டும் என்று உணர்ந்தால் போதும்!

வரலாறு மிகமுக்கியம் என்பது தனி ஊழியருக்கும் பொருந்தும். ஒரு நிறுவனத்தில் அவர் சேர்ந்த தேதி, அதன் நியமனக் கடிதம், ஒவ்வொரு மாதமும் சம்பளம் வாங்கியதற்கான ஆதாரங்கள், நிறுவனத்திலிருந்து ,தன் பெயரிட்டு வந்த முக்கியக் கடிதங்கள், செய்த

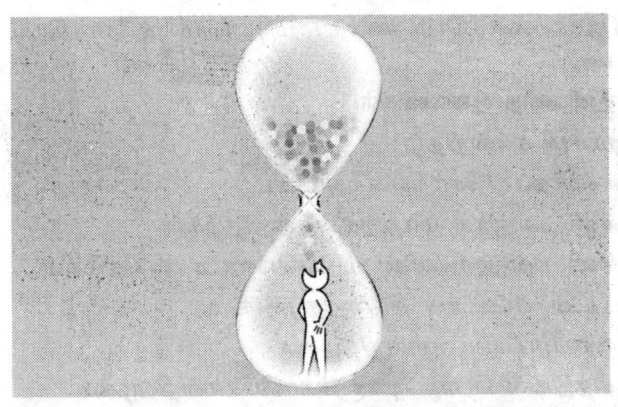

வேலைகளும், சாதனைகளும் கொண்ட பட்டியல், முக்கிய நிகழ்வுகளின் புகைப்படங்கள் (தேதிக் குறிப்புகளுடன்) ஆகியவற்றை ஒரே கோப்பில் போட்டுவைத்தால், மிகவும் சிறப்பாக இருக்கும்.

கல்லூரி மாணவர்கள், படிப்பை முடித்தபின் வேலைக்குச் செல்ல முயலும்போது, நேர்முகத்தேர்வில் கேட்கப்படும் முதல் கேள்வி, TELL ABOUT YOURSELF- இந்த சமயத்தில் தனது வரலாற்றை மிகவும் சுருக்கமாகச் சொல்லத் தெரிந்திருக்க வேண்டும். ஆனால் பெரும்பான்மையான மாணவர்கள், அதனைத் தயார் செய்து வைத்துக்கொள்ளாமல், அந்த நேரத்தில் சொல்லிக்கொள்ளலாம் என்று அலட்சியமாக இருந்துவிடுவார்கள். ஆனால், நேர்முகத்தேர்வில் அவர்கள் இடைச்செருகலாகச் சொல்லும் தயக்கக் குறியீடான, 'ம்' 'ம்' என்ற வார்த்தைகள்தான் அவர்களை அந்த வேலையில் சேரவிடாமல் செய்யும். ஆனால் முன்னரே சரியாகத் தன் பெயர், குடும்பம், கல்வி, நண்பர்கள், பொழுதுபோக்கு, பிடித்த செயல்கள், உலகப்பார்வை, அரசியல் சிந்தனை ஆகியவற்றைத் தெளிவாகத் தெரிந்துவைத்திருந்தால் தன்னம்பிக்கை அதிகமாகும்.

விற்பனைத்துறை ஊழியர்கள், ஒவ்வொரு நாளும் நிறைய விசிட்டிங் கார்ட்களைச் சேகரிக்க வேண்டியிருக்கும். அப்போது, ஒரு நிமிடம் நேரம் ஒதுக்கி, அதே கார்டின் பின்னால், சந்தித்த தேதி, இடம் ஆகியவற்றைக் குறித்துவைத்துக்கொண்டாலே, எதிர்காலத்தில் அது மிகவும் பயனுள்ளதாக இருக்கும்.

அன்றாட வேலைகளைக் குறித்துவைத்துக்கொள்ள டைரியைப் பயன்படுத்துவது மிகவும் உதவியான ஒரு பழக்கம். முதலில் கடைப்பிடிக்கக் கடினமாக இருந்தாலும், பழகிவிட்டால் மிக அற்புதமான ஒரு பழக்கமாக அது மாறிவிடும்.

நிறுவனம் மட்டுமல்ல, தனிப்பட்ட மனிதனின் அன்றாட வாழ்க்கைக்கும் வரலாறு மிகமுக்கியம் என்பதைப் பல்வேறு சந்தர்ப்பங்களில் உணரலாம். இவற்றையும் மூன்றாகப் பிரிக்கலாம்.

தனி மனித வேலை, பொருளாதாரம் மற்றும் ஆரோக்கியம் சார்ந்த வரலாறுகள்.

வேலை / தனிமனித ஆவணங்கள்:

- பிறப்புச் சான்றிதழ்
- பள்ளிக்கூட சேர்க்கை அட்டை
- பள்ளி, கல்லூரி மாற்றுச் சான்றிதழ்கள்
- பள்ளி, கல்லூரிகளின் மதிப்பெண் சான்றிதழ்கள்
- பட்டம், பட்டயச் சான்றிதழ்கள்
- விளையாட்டுச் சான்றிதழ்கள்
- தனித்திறன் போட்டிகளுக்கான சான்றிதழ்கள்
- வேலை வாய்ப்பு அட்டை
- ஆதார் அட்டை - அதன் நகல்
- வாக்காளர் அடையாள அட்டை - அதன் நகல்
- வாகன ஓட்டுநர் உரிமம் - அதன் நகல்
- கடவுச்சீட்டு - அதன் நகல்
- வருமான வரி அட்டை - அதன் நகல்
- குடும்ப அட்டை (Ration Card) - அதன் நகல்
- ஆயுள் காப்பீட்டுச் சான்றிதழ்
- முக்கிய விருது / பதக்கம் / பரிசு பெற்றதற்கான ஆதாரங்கள், புகைப்படங்கள்

சுயவிபரக் குறிப்பு

- பாஸ்போர்ட் அளவுப் புகைப்படங்கள்
- வேலை நியமனக் கடிதம் - நகல்
- வேலை அனுபவக் கடிதம் - நகல்
- பொது அமைப்புகளில் உறுப்பினராக இருந்தால் அதன் அடையாள அட்டைகள்
- வாகனப் பதிவுச் சான்றிதழ் (RC Book) - காப்பீட்டுச் சான்றிதழ் (Insurance)

இவற்றையெல்லாம் ஒரு இடத்தில் முதலில் வைத்துப்பாருங்கள். பின்னர் முறையாக ஒழுங்குபடுத்துங்கள். அசல் ஆவணங்களை ஒரு கோப்பிலும், நகல் ஆவணங்களை மறு கோப்பிலும் வைத்துப் பாருங்கள். இவை அனைத்தையும் கணிப்பொறியில் ஸ்கேன் செய்து சேமித்துக்கொள்வதும் நல்லது. அதிலும் முக்கிய ஆவணங்களை கூகிள் ட்ரைவ் (Google Drive) போன்ற இணைய நினைவகங்களில் வைத்துவிட்டால், மிக்வும் நன்மை பயக்கும். இவையெல்லாம் செய்த பிறகு, நம்மைப் பற்றி ஒரு தெளிவும், மகிழ்ச்சியும் பிறக்கும். பிறகுதான் நம் வரலாறு பற்றி நமக்கே ஒரு நம்பிக்கை வரும்.

அடுத்து பொருளாதார வரலாறு:

ஒரு தனிமனிதனின் பொருளாதார வரலாறு பற்றித் தெரிந்துகொள்வதற்கு பல்வேறு ஆவணங்களை அவர் பராமரிக்க வேண்டியிருக்கிறது.

- வங்கிக் கணக்குப்புத்தகம் - அதன் நகல்.
- வங்கி டெபிட் கார்ட் மற்றும் கிரெடிட் கார்ட் - அதன் எண் மற்றும் கடவுச்சொல் வேறொரு பத்திரமான இடத்தில் இருக்கவேண்டும்.
- மொத்த வங்கிக்கணக்குகளின் பட்டியல்
- அஞ்சலக சேமிப்புக் கணக்குப் புத்தகம்
- சம்பள ரசீதுகள், சான்றிதழ்கள்
- முதலீட்டுப் பத்திரங்கள்
- வங்கி வைப்பு நிதிப் பத்திரங்கள் அதன் முதிர்வுத்தேதிப் பட்டியல்
- சொத்துப் பத்திரங்கள்
- முக்கியப் பொருட்களின் பில்கள் மற்றும் உத்திரவாத அட்டைகள் (தொலைக்காட்சி, ஃப்ரிட்ஜ், வாஷிங் மெஷின், ஓவன், லேப்டாப், செல்ஃபோன் இன்னபிற...)
- தங்க நகைகளின் பில்கள்
- தங்க நகை, வெள்ளிப் பொருட்களின் பட்டியல்
- ஆயுள் காப்பீட்டு ரசீதுகள்
- வாகன பில்கள்
- வாகனக் கடன் ஆவணங்கள்
- அன்றாட வரவு செலவுக் கணக்கு
- தனியார் சீட்டுக் கணக்கு ஆவணங்கள்
- எரிவாயு அடையாளச் சீட்டு
- வருமானவரிச் சான்றிதழ்கள்

ஆகியவற்றை முறையாக ஒரு இடத்தில் வைத்துப் பராமரித்தால், எந்த நேரத்திலும் பதட்டமே இல்லாமல் செயல்படலாம்.

அடுத்ததாக ஒரு தனிமனிதன் தன் வரலாற்றில் சேர்த்துக் கொள்ளவேண்டிய முக்கியமான அம்சம் ஆரோக்கியம் தான்! ஆனால், நமது தமிழ்ச்சமூகத்தில் நமது ஆரோக்கிய வரலாறு நம்மிடம் இருப்பதே இல்லை. அது மிகவும் ஆபத்தாக முடிய வாய்ப்புள்ளது. இதற்கு, "என்னைக் கவனிச்சுக்கிட்டு என்ன பண்ணப்போறேன்?" அல்லது "நமக்கு ஒன்றும் ஆகிடாது" என்ற எண்ணங்கள்தான்

சுரேகா

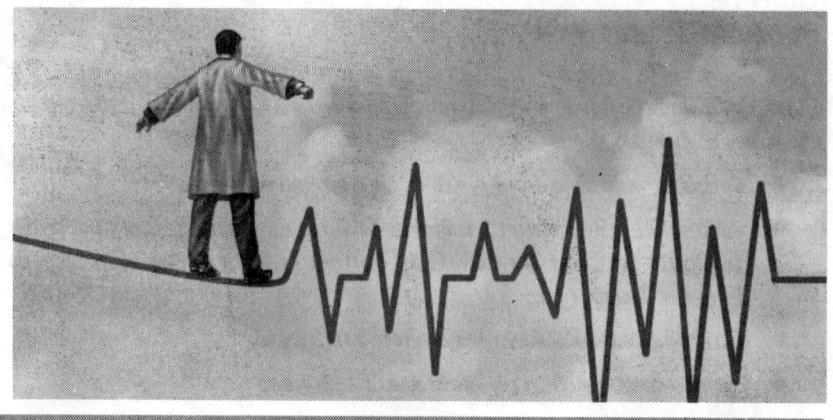

காரணம். ஆனால், "வரலாறு மிக முக்கியம் அமைச்சரே!" நமக்குக் கற்றுத்தரும் பாடத்தின் முக்கிய அம்சமே ஆரோக்கிய வரலாறுதான்!

ஒவ்வொரு தனி மனிதரும் தனது ஆரோக்கிய வரலாற்றை பராமரிப்பது மிகவும் முக்கியம். அதற்கு சில அடிப்படை ஆவணங்கள் தேவைப்படும்.

- உயரம்
- எடை (மாதத்துக்கொருமுறை கணக்கிட்டு ஒரு பட்டியலிட வேண்டும்)
- இரத்த வகுப்பு
- கடைசியாக மருத்துவரைச் சந்தித்தபோது அவர் கொடுத்த மருந்துச் சீட்டு
- நமக்கு ஒவ்வாமை ஏற்படுத்தும் பொருட்கள், சூழல்கள் பற்றிய விபரங்கள்
- முக்கிய எக்ஸ்-ரேக்கள் (தேவைப்படும்போது எடுத்தவை) 40 வயதுக்கு மேல் ஆகிவிட்டால், சர்க்கரை அளவுப்பட்டியல் – மாதாந்திர சோதனை அடிப்படையில்
- மருத்துவக் காப்பீட்டுச் சான்றிதழ்
- நிரந்தரமாகச் சாப்பிடும் மருந்து, மாத்திரைகளின் பட்டியல் ஆகியவற்றை விரல் நுனியில் வைத்திருந்தால், நம்மைப்பற்றி நமக்கே ஒரு அழுத்தமான நம்பிக்கை ஏற்படும்.

பொதுவாக நம் பாரம்பரியம், கலாச்சாரம் என்பவை எல்லாமே பல்வேறு ஆவணங்கள் மூலமாக நம்மை வந்து அடைபவைதான். அவற்றைக் கொண்டே நம் பழக்கங்கள் அமைகின்றன. அவற்றைப் பதிவு செய்யும் முயற்சியாகத்தான் சிற்பங்கள், ஓவியங்கள், இலக்கியங்கள், கலைகள் போன்றவை படைக்கப்பட்டன. வரலாறு

முக்கியம் என்று நம் முன்னோர்கள் நினைத்ததால்தான் பலப்பல அரிய பொக்கிஷங்கள் நம்மை வந்தடைந்தன. தனக்குத் தோன்றியதையெல்லாம் எழுதி எழுதி திருவள்ளுவர் எரித்துவிட்டிருந்தால் நமக்கு ஏது 'திருக்குறள்'?

வரலாறு மிக முக்கியம் என்பது நமக்கும் நன்றாகத் தெரியும். ஆனால், இதுபோல் சிந்தித்து வகைப்படுத்தி, நம் தனிப்பட்ட, பொருளாதார, ஆரோக்கிய வரலாற்றை ஒழுங்காக வைத்துக்கொள்வதில்லை. இதற்குப்பிறகாவது இதைக் கடைப்பிடிக்கத் துவங்கினால், நம் அடுத்த சந்ததியினரும் இதனை அதே வகையில் பின்பற்றி நமது வரலாற்றைப் பலப்படுத்துவார்கள்.

அடுத்த வாரத்துக்குள், நீங்களும் இதுபோல் ஒழுங்கைக் கடைப்பிடித்து, வரலாறு முக்கியம் என்று வாழத் துவங்குங்கள்! நீங்களும் நிச்சயம் வரலாற்றில் இடம்பெறுவீர்கள் என்பதில் சந்தேகமே இல்லை.

படித்து முடித்த அமுதனுக்கு, மிகவும் மகிழ்ச்சியாக இருந்தது.

தான் கூறியவற்றின் சாரம் மாறாமல், வார்த்தைகள் மாறாமல் அதை அருமையான கட்டுரையாக எழுதியிருக்கும் பூஜா, சிவாவுக்கு தன் உளமார்ந்த நன்றிகளை ஒரு எஸ்.எம்.எஸ் மூலமாக அனுப்பினார்.

பதிலுக்கு சிவா அவரை அழைத்தான்.

"அமுதன் சார்! என்ன நீங்க எங்களுக்கெல்லாம் நன்றி சொல்லிக்கிட்டு? நாங்கதான் உங்களுக்கு நன்றி சொல்லணும்! இந்த மாதிரி ஒரு கட்டுரையை எங்க பத்திரிகைக்குக் கொடுத்திருக்கீங்க! இதனால் இளங்காற்றோட சேல்ஸ் எக்கச்சக்கமா எகிறியிருக்குன்னு சர்க்குலேஷன்ல சந்தோஷப்பட்டாங்க! மேலும் நீங்க சொல்லும் ஒவ்வொரு விளக்கத்துனாலயும் பூஜாவும், நானுமே எங்களை நிறையத் திருத்திக்கிட்டோம். இன்னிக்குக் கூட, என் பொருளாதார வரலாறை முக்கியமாப் பாத்துக்கிட்டிருக்கேன். கன்னாபின்னான்னு வச்சிருந்த பேங்க் டாக்குமெண்ட்டையெல்லாம் ஒழுங்குபடுத்தியிருக்கேன்." என்று மகிழ்ச்சியாகப் பேசினான்.

"மிக்க நன்றி சிவா! நானும் அவ்வளவு பர்ஃபெக்ட்டானவன் கிடையாது. "வரலாறு முக்கியம் அமைச்சரே!"வைப் பின்பற்றித்தான் நானே என்னையுமே ஒழுங்குபடுத்திக்கிட்டேன். வாழ்க்கையே ஒரு பயிற்சிக்கூடம்தானே? இதுமாதிரி எளிமையாப் புழங்குறமாதிரி வசனங்களைக் கொடுத்த வடிவேலு சாருக்குத்தான் நன்றி தெரிவிக்கணும். ஓக்கே.. அடுத்தடுத்த வசனங்களை அச்சில் பார்க்க ஆவலா இருக்கேன்" என்று சொல்லி ஃபோனை வைத்தார்.

சுரேகா 63

பீ கேர்ஃபுல்!
நான் என்னைச் சொன்னேன்!

அடுத்த வாரக் கட்டுரையை சிவாவின் அம்மா படித்துக்கொண்டிருந்தார்கள்.

"டேய் உனக்காகவே எழுதினமாதிரியே இருக்கேடா?"

"அம்மா! ஏம்மா இப்படி?

"அப்புறம் என்னடா? இதுல இருக்கும் ஒவ்வொரு வரியையும் படிக்கும்போது, உன்னுடைய அலட்சியப்போக்குதான் நினைவுக்கு வருது! இதுனால எத்தனை விஷயத்தைக் கோட்டை விட்டுருக்க? யோசிச்சுப்பாரு!"

"அடப்போம்மா! இன்னிக்கு இருக்கும் முக்கால்வாசி யூத்து இப்படித்தான் இருக்கோம். என்னைவிட பூஜா செம கேர்லஸ்! அதைவிடு..! கட்டுரை எப்படி இருக்கு அதைச் சொல்லு!"

8

"அது நல்லாத்தான் இருக்கு! ஆனா, இதை நீயே உக்காந்து.. உனக்காக ஒருதடவை படியேன்" என்று சொல்லிவிட்டு சிவாவின் அம்மா எழுந்து சென்றார்கள்.

அம்மா சொன்னதில் இருந்த ஐடியா பிடித்திருந்தது. நமக்காக, ஒரு வாசகனாக இதைப்படித்துப் பார்ப்போமே என்று ஆரம்பித்தான்.

பீ கேர்ஃபுல்! நான் என்னைச் சொன்னேன்

வடிவேலுவின் இந்த வசனம் நேரடியாகப் பார்க்கையில் வெறும் நகைச்சுவையாகத் தெரிந்தாலும், இதன் பின்னணியில், மிகப்பெரிய மேலாண்மைத் தத்துவம் அடங்கியிருக்கிறது.

கவனமானவர்கள் மட்டுமே அனைவராலும் கவனிக்கப்படுவார்கள்.

ஜாக்கிரதை! நான் என்னைச் சொன்னேன்! என்று எத்தனை முறை நாம் நம்மைப் பார்த்துச் சொல்லியிருக்கிறோம்? பெரும்பாலான சந்தர்ப்பங்களில் "ஜாக்கிரதை" என்று மற்றவர்களைப் பார்த்துத்தான் நாம் எச்சரிக்கை செய்திருக்கிறோம்.

ஆனால், நமக்கு இருக்க வேண்டிய எச்சரிக்கை உணர்வு இல்லாததால்தான் வேலையில் கவனமின்மையுடன் அசட்டையாகச் செயல்பட்டு பல்வேறு இழப்புகளைச் சந்தித்துக்கொண்டிருக்கிறோம்.

ஆங்கிலத்தில் CAREFUL என்ற வார்த்தையைத்தான் வடிவேலு தன் வசனத்தில் பயன்படுத்தி யிருக்கிறார். இந்த வார்த்தையின் முழு அர்த்தம் புரிந்து செயல்படு பவர்கள் என்றுமே சிரமப்பட்ட தில்லை.

கவனம் என்பது ஒரு செயல் கிடையாது. அது ஒரு பழக்கம். கேர்ஃபுல் என்றால், முழுக்கவனம்! நாம் பொதுவாக, எந்தெந்த விஷயங்களில் முழுக்கவனமாக இருக்கிறோம் என்று எண்ணிப்பார்க்கவேண்டும்.

திரைப்படம் பார்க்கும்போது.

இணையத்தில் உலவும்போது,

பத்திரிகைகள், கதைகள், கட்டுரைகள் படிக்கும்போது,

நண்பர்களுடன் அரட்டையடிக்கும்போது,

ஆகிய செயல்களில் முழுக்கவனத்துடன், சிந்தனையைச் சிதற விடாமல் செயல்படும் நாம், நம் வாழ்வை நிர்ணயிக்கக்கூடிய வேலை, கல்வி ஆகிய செயல்களில் எவ்வளவு கவனமாக இருக்கிறோம் என்பதில் ஓர் சுய பரிசோதனை செய்துகொண்டால் போதும்.

வேலையிடம், சமூகம், வீடு ஆகிய எல்லா இடங்களிலும் நமது கவனமின்மையால் பலப்பல இழப்பை ஏற்படுத்துகிற சம்பவங்கள் நடந்திருக்கும்.

ஒரு சாவியை மறந்து வைத்துவிட்டு வந்ததால், அன்று முழுவதும், நம் அலுவலக மேசை டிராயரைத் திறக்காமலேயே வேலைகளைப் பார்த்திருப்போம்.

தேதியையோ, தொகையையோ கவனிக்காமல் கையெழுத்துப் போட்டதால், காசோலை திரும்பி வந்திருக்கும்.

அலுவலகக் கோப்பில் ஒரு காகிதத்தை எங்கு பத்திரப்படுத்தி வைத்தோம் என்பது நினைவிலில்லாமல் ஒரு வாரம் தேடியிருப்போம்.

கவனக்குறைவால் மட்டுமே, தொழிற்சாலைகளில் விபத்துகள் ஏற்படுகின்றன.

சாலைகளில் கவனக்குறைவாக விபத்துகள் நேர்கின்றன. ஒவ்வொரு விபத்தின்போதும் நாம் அதற்குக் காரணமானவர் என்று அடுத்தவரை சுலபமாகக் குறை கூறிவிடுவோம். ஆனால், உண்மையில், பதட்டத்தில், கவனமில்லாமல், பிரேக்குக்குப்பதிலாக, ஆக்ஸிலேட்டரை மிதித்துவிடுவதால்தான் 73% விபத்துக்கள் நேர்கின்றன என்று கார் விபத்துகளைப்பற்றிய ஒரு புள்ளிவிபரம் கூறுகிறது.

இரயில் மற்றும் விமான விபத்துக்களை ஆராய்ந்தால், எந்திரக்கோளாறு தவிர, ஓட்டுநர் அல்லது பைலட்டின் கவனக்குறைவுதான் விபத்துக்களுக்கு முக்கியக் காரணமாக இருக்கிறது என்பது தெரிகிறது. சிக்னலை கவனிக்காமல் எதிரில் வரும் இரயிலில் மோதுவது, ஓடுதளத்தின் நீளத்தைச் சரிவரக் கணிக்காமல் விமானத்தைத் தரையிறக்குவது போன்ற கவனக்குறைவுகளால் பலநூறு உயிர்கள் பலியாவது மிகவும் சோகமானது. மேலும் எந்திரக் கோளாறுகளுக்கும், ஏதாவது ஒரு தொழில்நுட்ப அலுவலரின் கவனக்குறைவுதான் காரணமாக இருக்கும்.

வீடு என்று எடுத்துக்கொண்டால், நம் கவனமின்மையைப் பட்டியலிட்டால் இந்தக் கட்டுரை போதாது. வீட்டைவிட்டு வெளியில் வந்த பின் கேஸை மூடினோமா இல்லையா என்று சிந்திப்பது, கதவைப் பூட்டினோமா இல்லையா என்று கவலைப்படுவது, - பொதுவாக் ஆண்கள் வாகனச் சாவியை எங்காவது கவனமில்லாமல் வைத்துவிட்டு, காலையில் அலுவலகம் கிளம்பும்போது அதைத் தேடி மண்டை காய்வது- இருந்தாலும் அதே தவறைத் திரும்பத்திரும்பச் செய்வது என்று பட்டியல் நீளும்.

இவற்றுக்கெல்லாம் ஒரே காரணம், அந்த வேலையைச் செய்யும்போது, இதைச் செய்கிறோம் என்ற கவனம் இல்லாமல், வேறு ஒரு சிந்தனையுடன் இருப்பதுதான்.!

ஒரு கணிப்பொறி அலுவலகத்தில் ஒரு ஊழியர், அங்கிருந்துகொண்டே வேறு ஒரு நிறுவனத்தில் வேலைக்குச் சேரும் முடிவில் இருந்தார். அப்போது அவரது ரெஸ்யூம் எனப்படும் தன்விபரக் குறிப்பை ஒரு

மின்னஞ்சலில் இணைத்து அந்தப் புதிய நிறுவனத்துக்கு அனுப்புவதற்குப் பதிலாக, கவனக்குறைவாக, தான் வேலை பார்க்கும் நிறுவனத்தின் மேலதிகாரிக்கே அனுப்பிவிட்டார். தவறாக அனுப்பிவிட்டோம் என்பதையும் அவர் கவனிக்கவில்லை.

அடுத்த சில நிமிடங்களில், அவரது சீட்டுக் கிழிக்கப்பட்டு விட்டது. இவர் போய் "கவனக்குறைவாக" நடந்துவிட்டது என்று கெஞ்சியபோது அவர்கள் அதற்குச் சொன்ன பதில்தான் சிறப்பு!

"ஒரு நிறுவனத்திலிருந்து வெளியில் போக முடிவெடுத்து, வேறொரு நிறுவனத்திற்கு ரெஸ்யூமையே உங்களால், கவனமாக அனுப்பமுடியாதபோது, உங்களை நம்பி ஒப்படைத்திருக்கும். இந்த நிறுவனத்தின் பல்வேறு இரகசிய ஆவணங்களை கவனக்குறைவாக வேறொருவருக்கு அனுப்பியிருக்கமாட்டீர்கள் என்பது நிச்சயமில்லாததால், நீங்கள் விரும்பிய நிறுவனத்தில் சேர்ந்துகொள்ளுங்கள். இது போன்ற கவனக்குறைவான உங்களின் சேவை எங்களுக்குத் தேவையில்லை. இப்போது உங்களைச் சுதந்திரமாக வெளியேற்றுகிறோம் நன்றி! என்று கூறி அனுப்பிவிட்டார்கள்.

அந்த ஊழியர் நொந்துகொண்டே சொன்னார். "நான் கவனமில்லாமல் அழுத்திய ஒரு SEND பட்டன் தான் என்னை அந்த நிறுவனத்திலிருந்து SEND OFF செய்தது".

இது ஒரு பெரிய விவகாரம். ஆனால், ஒவ்வொரு நாளும் நாம் அலுவலகத்தில் எத்தனை சின்னஞ்சிறு விஷயங்களிளெல்லாம் கூட

சுரேகா 67

கவனக்குறைவுடன் நாம் நடந்து கொள்கிறோம். அப்படிப்பட்ட தவறுகள் நடக்காதவாறு பார்த்துக் கொள்ள வேண்டும்.

ஒரு நிர்வாகம், திறமையின்மையைக்கூடச் சகித்துக்கொள்ளும், கவனமின்மையைச் சகித்துக்கொள்ளாது. ஏனெனில் அதுதான் அந்த நிறுவனத்தின் வளர்ச்சியைப் பாதிக்கும் என்று அவர்களுக்கு நன்றாகவே தெரியும்.

ஒரு நிறுவனத்தில் வேலைபார்ப்பவராக இருந்தாலும் சரி, நிர்வாகியாக இருப்பவராக இருந்தாலும் சரி! சின்னச்சின்ன விஷயங்களில்கூட கவனமாக இருந்தால்தான் சிறப்பாகச் செயல்பட முடியும்.

ஒரு நிர்வாகி பல்வேறு சூழல்களில் மிகவும் கவனமாகச் செயல்பட வேண்டும். குறிப்பாக அவர் கவனமாக இருக்கவேண்டியது, தான் கையெழுத்திடும்போதும், பதில்கள் எழுதும்போதும்! ஒரு கையெழுத்தை இடுவதற்கு முன், மிகுந்த கவனத்துடன் அந்த ஆவணத்தைப் படித்துப்பார்க்கவேண்டும். அவசரத்தில் கையொப்பமிட்டுவிட்டால், பின்னர் திண்டாடவேண்டியிருக்கும்.

நான் ஒரு வங்கியில் எனக்கு வந்த காசோலை ஒன்றை டெபாசிட் செய்துவிட்டு அலுவலகம் வந்துவிட்டேன். அது ரூ.2540-க்கான காசோலை! ஆனால் அன்று மாலை என் கணக்கில் ரூபாய் 2,54,000 இரண்டு லட்சத்து ஐம்பத்திநான்காயிரம் ரூபாய் வரவு வைக்கப்பட்டிருந்தது. அடுத்தநாளே வங்கியில் சென்று கேட்டபோதுதான் தெரிந்தது. அந்தக் காசோலையை பாஸ் செய்த அதிகாரி, 2540.00 என்று பைசாவுக்காகப் போட்ட இரண்டு பூஜ்யங்களை, ரூபாயாகக் கணக்கிட்டிருக்கிறார். அதேபோல் அதில் எழுத்தில் போட்டிருந்த வார்த்தைகளையும் கவனிக்காமல் விட்டிருக்கிறார். என் முன்னிலையிலேயே அவருக்கு அர்ச்சனை நடந்தது.

இது ஒரு உதாரணம்தான். ஒவ்வொரு நாளும் பலப்பல கவனக்குறைவால் செய்யப்படும் செயல்கள் நிறுவனங்களுக்குள் நடந்துகொண்டுதான் இருக்கின்றன. குறிப்பாக, நாம் அனைவருமே, நமது கவனக்குறைவை ஒத்துக்கொள்வதே இல்லை. அதனைப் பிறரின் தவறாகத்தான் சொல்கிறோம். ஆனால், ஒவ்வொரு நாளும் நம் அலுவலகத்தில் நம் இருக்கையில் அமரும்போது இந்த வார்த்தையை மந்திரம் போலச் சொல்லவேண்டும்.

"பீ கேர்ஃபுல் ! நான் என்னைச் சொன்னேன்.!"

கவனத்தை அதிகப்படுத்திக்கொள்ள, ஒவ்வொரு நிறுவனத்தின் மேலதிகாரியும், ஊழியர்களும் கடைப்பிடிக்கவேண்டிய முக்கியச் செயல்கள் சில இருக்கின்றன.

- நிறுவனம் பற்றிய அனைத்துத் தகவல்களையும், முழுமையாகத் தெரிந்து வைத்திருக்க வேண்டும். அவற்றில் ஏற்படும் மாற்றங்களைக் கவனமாகக் குறிப்பெடுத்து வைத்துக் கொள்ளவேண்டும்.

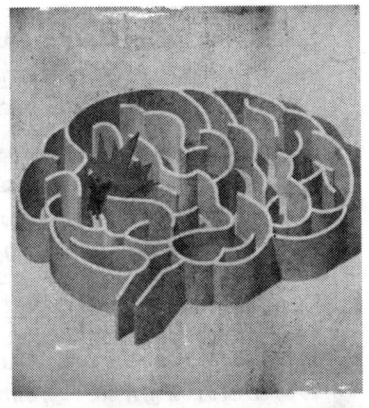

- ஞாபக மறதி என்ற பழக்கத்தைப் பெருமையாகச் சொல்லக் கூடாது. அதனை வெல்வது எப்படி என்று தெரிந்து கொள்ளவேண்டும். அதற்கு ஒரே வழி, எல்லாவற்றையும் எழுதி வைத்துக்கொள்வதுதான்.

- முக்கிய வேலைகளை மேசையில் பெரிய எழுத்தில் எழுதி வைத்துக்கொள்ளவேண்டும்.

- அன்றாடம் செய்யவேண்டிய வேலைகளைப் பட்டியலிட்டு, அவற்றைச் செய்துமுடித்தபின் டிக் அடித்துக்கொள்ளலாம்.

- ஒரு மீட்டிங்கில், மேலதிகாரிகள் பேசுவதைக் கவனமாகக் கேட்டு, குறிப்பெடுத்து வைத்துக்கொள்ளப் பழக வேண்டும். பின்னர் அவர் கேட்கும்போது தெளிவாகப் பதில் சொல்ல இது மிகவும் உதவியாக இருக்கும்.

- மறக்க வாய்ப்பிருக்கிறது என்ற வேலையை முதலில் செய்துவிடவேண்டும்.

- அலுவலக மேசையைத் தூய்மையாக வைத்துக்கொள்ளவேண்டும். அதனைக் குப்பையாக வைத்துக்கொள்வதும் கவனமின்மையின் அறிகுறியாகத்தான் பார்க்கப்படும்.

- ஒரு கோப்பையோ, ஒரு முக்கிய ஆவணத்தையோ நீண்ட நேரம் தேடாமல், அதிகபட்சம் 30 விநாடிகளுக்குள் எடுத்துவிட்டால், நாம்தான் கவனத்தில் மன்னன்!

- ஒரு மின்னஞ்சலை அனுப்புவதற்கு முன், அதை ஒருமுறை மீண்டும் படித்துப்பார்ப்பதில் தவறே இல்லை.

- அலுவலகத்தில் பேசும்போது, பயன்படுத்தும் ஒவ்வொரு வார்த்தையையும், கவனமாக வெளியேவிடவேண்டும். தவறாகப்பேசும் ஒரே ஒருவார்த்தை கூட நம் வேலைக்கு ஆபத்தைக் கொண்டுவர வாய்ப்பிருக்கிறது.

- கவனிப்பது என்பது ஒரு கலை என்பதை உணர வேண்டும். ஒவ்வொரு நாளும் மூன்று நிமிடங்கள் அலுவலகத்தில் உள்ள

யாரிடமும் பேசாமல், சுற்றுப்புறத்தை விழிப்புணர்வுடன் கவனித்துக்கொண்டிருந்தால், நாம் இதுவரை கவனிக்காத விஷயங்கள் என்னென்ன என்பது தெரியவரும்.

- மற்றவர்கள் பேசுவதை உற்றுக் கவனிப்பது மிகவும் நல்லது. அவர்களைப் பேசவிட்டுவிட்டு, நம் கவனத்தை வேறு இடத்தில் வைத்திருப்பது அவர்களுக்கு நம்மீது இருக்கும் நம்பிக்கையைக் குறைத்துவிடும்.

குறிப்பாக, ஒரு வேலை செய்துகொண்டிருக்கும்போது, வீட்டுப் பிரச்னையோ, வெளிப் பிரச்னையோ மனதைக் குடையாமல் இருந்தால்தான் அந்த வேலையில் கவனம் செலுத்தமுடியும். இல்லையென்றால் அனிச்சையாக நாம் ஒரு செயலைச் செய்துகொண்டிருப்போம். நம் சிந்தனையோ வேறு ஒரு இடத்தில் இருக்கும்.

பொதுவாக நாம் இருசக்கர வாகனம் ஓட்டக் கற்றுக்கொள்ளும் சமயத்தில், முழுக்கவனமும் வாகனத்தின்மேல்தான் இருக்கும். ஆனால், நன்கு ஓட்டப் பழகிவிட்டால், வேறு சிந்தனைகளில் மூழ்கியிருந்தாலும் தன்னிச்சையாக வாகனத்தை ஓட்டிக்கொண்டிருப்போம். கொஞ்சம் பெரிய வாழ்வியல் பிரச்னைகளைப் பற்றி வாகனத்தை ஓட்டிக்கொண்டே சிந்திக்கும்போது, அந்த வாகனத்தில், நாம் எப்படிக் கிளம்பினோம். எப்படி அடுத்த இடத்துக்கு வந்து சேர்ந்தோம் என்ற விழிப்புணர்வே இல்லாமல் நாம் நடந்துகொண்டிருப்போம். அனைத்தும் தன்னிச்சையாக நடந்திருக்கும். ஒருநாள் அதாவது சிறு விபத்து நடக்கும்போதுதான், "ஆஹா! நாம் வாகனம் ஓட்டும்போது வேறு சிந்தனையுடன் இருந்திருக்கிறோம்" என்பதை உணர்வோம். அப்போதும் நம் மனம் தவறை ஒத்துக்கொள்ள மறுக்கும்.

ஒரு சிந்தனை முழுமையாக நம்மை ஆக்கிரமித்திருக்கும்போது, நாம் செய்துகொண்டிருக்கும் செயலில் கவனம் இருக்காது. அது இன்னும் பல தவறுகளைச் செய்ய வைத்துவிடும்.

வேலையிடத்தில், நமக்குக் கீழ் வேலைபார்ப்பவர்கள் ஏதாவது கவனக்குறைவால் செய்துவிட்டால், அவர்களை அழைத்து உலகத்திலுள்ள அறிவுரைகள் எல்லாவற்றையும் சொல்லும் நாம், எத்தனை கவனக்குறைவாக இருக்கிறோம் என்று கொஞ்சம் சிந்தித்துப் பார்க்க வேண்டும் என்பதை வலியுறுத்துவதுதான் "பீ கேர்ஃபுல்! நான் என்னைச் சொன்னேன்!"

சமூகம் என்று எடுத்துக்கொண்டால், விபத்துகள் மட்டுமல்ல! மின் வினியோகம், அரசு அலுவலகங்கள், வாகன நிறுத்துமிடங்கள், வங்கிகள், குப்பைகள், பொதுவெளிகளான திரையரங்குகள், பூங்காக்கள் போன்றவற்றில் எத்தனை எத்தனை கவனமின்மை நிகழ்வுகளை நாம் பார்க்கலாம்.

இந்தியாவில், ஒவ்வொரு நாளும் தன் கவனமின்மையால், பொதுவெளியில் பொருட்களையும், பணத்தையும் இழப்பவர்கள் - அதிலும் காவல்துறையில் புகார் கொடுப்பவர்கள் - 1620 பேர் என்று ஒரு புள்ளிவிபரம் சொல்கிறது. இது குறைவாகக் கூட இருக்கலாம். ஆனால், சமூகத்தில் நம் கவனக்குறைவுதான் பல்வேறு குற்றங்கள் நடக்கத் தூண்டுகிறது என்பதை மறுக்கமுடியாது. பயணங்களில், திருட்டுக்கொடுப்பது கூட நம் கவனமின்மையால் நேர்வது என்பதை உணர வேண்டும்.

வீட்டுக்குள், நம் கவனமின்மை ருத்ர தாண்டவம் ஆடிக்கொண்டிருப்பதை, ஒவ்வொரு நாளும் நம் வாகனச்சாவி, கண்ணாடி, அடையாள அட்டை ஆகியவற்றைத் தேடும்போதே கண்டுபிடித்துவிடலாம். மேலும் மின் கட்டண அட்டை, ரேஷன் கார்டு போன்றவற்றை "இங்கதானே வச்சேன்" என்ற ஒற்றை வார்த்தையை வைத்துக்கொண்டு நாம் பிறரைப் படுத்தும் பாடு இருக்கிறதே? மிகக்கொடுமை! அதற்கு கவுண்ட்டராக, மனைவியோ, கணவரோ, பெற்றோரோ, சகோதரர்களோ சொல்லும் வார்த்தை இன்னும் அழகு! "அப்படின்னா அது என்ன கால் முளைச்சா போயிருக்கும்?" இதற்கு அர்த்தம். "நீங்கள்தான் கவனமில்லாமல் வேறெங்கோ வைத்துவிட்டு இங்கே தேடுகிறீர்கள். பீ கேர்ஃபுல்!"

என் நண்பர் ஒருவர், தான் செல்லுமிடங்களிலெல்லாம் ஹெல்மெட்டை வைத்துவிட்டு வந்துவிடுவார். பின்னர் சென்று எடுத்து வருவார். நடிகர் சரத்குமாரைப்பற்றி ஒரு பேட்டியில் ராதிகா சரத்குமார் அவர்கள் கூறும்போது, அவர் தனது குளிர்க் கண்ணாடியை மறந்துவைத்துவிட்டு வந்த தருணங்களைப்பற்றிச் சொல்லி, அதற்கு மாற்றாக, வீட்டில், காரில், அலுவலகத்தில் கண்ணாடிகள் என்று பல வாங்கி வைத்திருப்பது பற்றிச் சொன்னார்கள். ஆனால் இதுபோன்று எல்லாப் பொருட்களுக்கும் ஸ்பேர்களை வாங்கி வைக்கமுடியுமா என்பதுதான் கேள்வி!

உலகில் வெற்றியடைந்த மனிதர்கள் அனைவரையும் எடுத்துக்கொண்டால், அவர்கள் எல்லாருமே அடிப்படையில் தங்கள் வேலையில், சமூகத்தில் மிகவும் கவனமாகச் செயல்பட்டிருப்பது தெரியவரும். ஏ.ஆர். ரஹ்மான் தன் இசைக்கோர்ப்பில் ஏதாவது ஒரு கவனக்குறைவைக் காட்டியிருந்தால், ஆஸ்கார் அவருக்கு ஏது? சச்சின் டெண்டுல்கர் கவனக்குறைவாகக் கிரிக்கெட் விளையாடியிருந்தால் இவ்வளவு புகழ் கிடைப்பது ஏது?

அடுத்த ஒரு வாரம், முழு விழிப்புணர்வுடன், நான் கவனமாக என் வேலைகளைச் செய்யப்போகிறேன் என்ற உறுதியான வார்த்தைகளை மனதுக்குள் சொல்லிக்கொண்டு வேலைகளைச் செய்யத் துவங்குவோம். நிச்சயம் பலன் இருக்கும்.

கவனக்குறைவை அழிக்கும் மிகப்பெரிய ஆயுதம் ஒரு வேலையில் நீங்கள் காட்டும் ஈடுபாடுதான்! ஒவ்வொரு செயலிலும் உங்களது ஈடுபாட்டின் சதவீதத்தை அதிகப்படுத்திக்கொண்டு போனாலே, காலப்போக்கில் கவனக்குறைவு என்பது உங்களிடமிருந்து காணாமல் போய்விடும். பிறகு சுத்தமான, அக்மார்க் கவனமான மனிதராக நாம் மாறிவிடுவோம். மீண்டும் வலியுறுத்துகிறேன்.

எல்லாவற்றையும் கவனிப்பவர்களைத்தான், எல்லோரும் கவனிப்பார்கள்.

ஆகவே, பீ கேர்ஃபுல். நான் என்னைச் சொன்னேன்!

படித்து முடித்துவிட்டு, சிவா, வேலையாக இருந்த அம்மாவைப் பார்த்துச் சிரித்தான். இதை அமுதன் சொல்லும்போது கொஞ்சம் புரிந்தது. பூஜா அதையே எழுதிக் கட்டுரையாகக் கொடுக்கும்போது, கட்டுரை சரியாக இருக்கிறதா எழுத்துப் பிழைகள் ஏதாவது இருக்கிறதா என்றுதான் பார்க்கமுடிந்ததே தவிர தன் குணங்களை அந்தக் கட்டுரையுடன் ஒப்பிட்டுப் பார்க்கத் தோன்றவில்லை. ஆனால் இப்போது அம்மா சொன்னதற்காகப் படிக்கும்போது, தன் கவனக்குறைவு பற்றி சிவாவுக்குத் தெளிவாகத் தெரிந்தது. இனி வீட்டில், ஒருநாள்கூட பொருட்களைத் தேடும் நிலை தனக்கு வரக்கூடாது என்ற முடிவுக்கு

வந்தான். அலுவலகத்தில் இன்னும் கவனமாகச் செயல்பட வேண்டுமென்று முடிவெடுத்தான்.

அம்மா கவலையே படாத! இனிமே ஒரு பொருளை எடுத்த இடத்தில்தான் வைப்பேன். அதைத் தேட நேரம் செலவழிக்க மாட்டேன். நீயும் வேற ஒரு நினைப்பில், சமையலுக்கு உப்பைப் போடாம, கவனமாப் போடு!

அதானே, அடுத்தவங்களைக் குறை சொல்லாம நமக்குத் தூக்கம் வராதே!

சிரித்துக்கொண்டே சொன்ன அம்மா, அடுத்ததாகச் சிவாவைப் பார்த்துக் கேட்டார்கள்.

"டேய் ! அடுத்த வாரம் என்ன வசனம்டா!"

..ப்ளான் பண்ணித்தான் பண்ணனும்!

ஆசிரியர் எதிரில், பூஜாவும், சிவாவும் அமர்ந்திருந்தார்கள்.

“நம்ம பத்திரிக்கை தொடங்கி பத்தாவது ஆண்டு விழா இன்னும் அஞ்சு மாசத்தில் வருது! அந்த மாதம் முழுக்க இன்னும் சிறப்பான மேட்டரோட கலக்கலா “இளங்காற்றை” கொண்டுவரவேண்டியது உங்க கடமை!”

“ஷ்யூர் சார்!” என்றார்கள் இருவரும்!

‘‘குட்..அந்த மாதத்தில் ஒரு நாள், ஒரு பிரம்மாண்டமான விழா நடத்தலாம்னு எண்ணம்.! அதை சரியாத் திட்டமிட்டு, ஒரு ஒழுங்கோட நடத்த ஒரு கமிட்டி போடலாம்னு இருக்கேன். அந்த வகையில், “விழா ஒருங்கிணைப்பாளர்களா உங்க ரெண்டு பேரையும்தான் தேர்ந்தெடுத்திருக்கேன். உங்களுக்கு உதவியா ப்ரகாஷ், சிவரஞ்சனி எல்லாரும் இருப்பாங்க! அதிகபட்சம் இளைஞர்களுக்கு முக்கியத்துவம் கொடுத்து, விஐபிக்கள் யாரைக்கூப்பிடலாம்னு முடிவெடுத்து, முதல் கட்ட நிகழ்ச்சி நிரலோட அடுத்த வாரம் சந்திக்கலாமா?” என்றார்.

9

ஓக்கே சார்! நாங்க டிஸ்கஸ் பண்ணிட்டு வரோம் என்று நகர்ந்தார்கள்.

வெளியில் வந்ததும் பிரகாஷ் ஓடிவந்தான்.

சிவா "ஜி! என்னது? அஞ்சு மாசம் கழிச்சு நடக்கப்போற ஃபங்ஷனுக்கு இப்பவே கமிட்டியெல்லாம் போட்டு, டென்ஷன் ஆக்குறாரு? ரிலாக்ஸா ஒரு மாசம் முன்னாடி ஆரம்பிச்சாலே சூப்பரா நடத்திரலாம் இல்ல?" என்றான்.

"ஓ! கொஞ்ச நாளைக்கு முன்னாடி வரைக்கும் நானும் அப்படித்தான் நினைச்சுக்கிட்டிருந்தேன். ஆமா.. இந்த வார இளங்காற்று படிச்சியா ப்ரகாஷ்" என்றான் சிவா!

"இல்ல ஜி! எனக்கு வர்ற டிசைன்ஸ்ஸ கரெக்ட் பண்ணத்தான் நேரமிருக்கு.. நீங்க பண்ற 'நேசமணி தத்துவங்கள்'ல அந்த "ஆணியே பிடுங்கவேணாம்" மட்டும் படிச்சேன். ஏன் கேக்குறீங்க!?"

"எல்லாம் காரணமாத்தான் சொல்றாரு! இந்தா! இந்த வாரக் கட்டுரையைப் படி! அப்புறம் பத்தாவது ஆண்டுவிழாவுக்கு என்ன செய்யலாம்னு முடிவெடுக்கலாம்" என்று சொல்லிக்கொண்டே பூஜா 'இளங்காற்றை' ப்ரகாஷின் கையில் திணித்தாள்.

ஃபங்ஷனுக்கும், இதுக்கும் என்ன சம்பந்தம்? என்று சொல்லி தோள்களைக் குலுக்கிக்கொண்டே ப்ரகாஷ் தன் இருக்கையில் சென்று அமர்ந்து, அந்த வார வசனத்தைப் படிக்கத் துவங்கினான்.

எந்த ஒரு விஷயத்தையும் பிளான் பண்ணாம பண்ணா இப்படித்தான்.. ப்ளான் பண்ணித்தான் பண்ணனும்!

வடிவேலு அவர்கள், போக்கிரி திரைப்படத்தில் பயன்படுத்திய இந்த வசனம் மிகவும் சக்தி வாய்ந்தது. அந்தக் காட்சியில், அவர் தற்காப்புக்கலை கற்றுத்தருகிறேன் பேர்வழி என்று அசின், அசினின் தம்பியான ஒரு சிறுவன் மற்றும் அவரது உதவியாளரை அழைத்து, ஆளுக்கு ஒரு கட்டையைக் கொடுத்து, தன்னை எந்தத் திசையிலிருந்து வேண்டுமானாலும் தாக்கச் சொல்வார். அதிலிருந்து எப்படி தற்காத்துக்கொள்வது என்று உங்களுக்குக் காட்டுகிறேன் என்று சொல்லி அடியுங்கள் என்று சொன்ன மறுவினாடி மூவரும் அவரைத் தலையில் தாக்கிவிடுவார்கள். அந்த வலியுடன் இந்த வசனத்தைச் சொல்லுவார்.

திட்டமிடலின் அவசியத்தை மிகச் சிறப்பாக வலியுறுத்தும் வசனம் இது!

ஒரு நிறுவனத்தின் வளர்ச்சி என்பது அதன் திட்டமிடலில்தான் இருக்கிறது. நமக்குப் பல நிறுவனங்களின் வெற்றிக் கதைகள்தான் தெரியும். ஆனால், உண்மையில் தோல்விக் கதைகள் மூலமாகத்தான்

சுரேகா 75

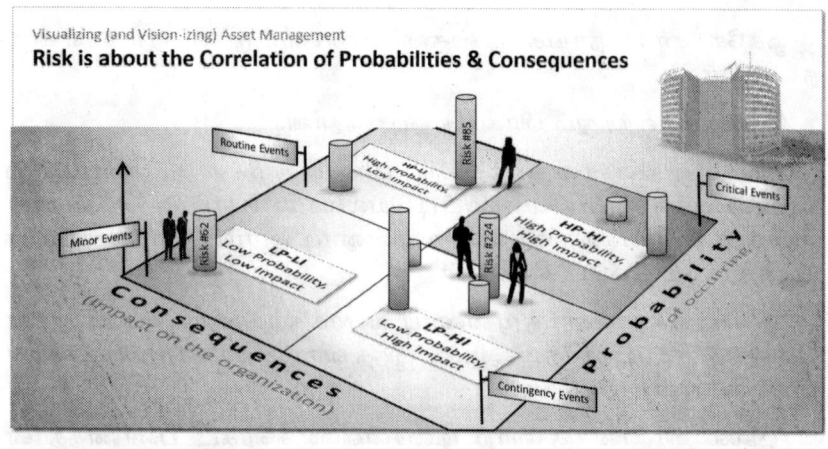

நாம் அதிகம் கற்றுக்கொள்ள முடியும். எண்ணற்ற நிறுவனங்களின் தோல்விக்கு மூலகாரணம் அவர்கள் திட்டமிடாமல் செயல்பட்டதுதான் என்பது நிதர்சனம்!

ஒரு பிரபலமான மேலாண்மைத் தத்துவம் உண்டு!

"IF YOU FAIL TO PLAN, YOU ARE PLANNING TO FAIL"

"நீங்கள் திட்டமிடுவதில் தோற்றால், தோற்கத் திட்டமிடுகிறீர்கள் என்று அர்த்தம்"

திட்டமிடல் என்பது அனைத்து நிறுவனங்கள், ஊழியர்கள் மற்றும் தனிமனிதர்களுக்கு மிக மிக அவசியமான ஒரு செயலாகும்.

நிறுவனங்கள் ஒவ்வொரு நாளையும், வாரத்தையும், மாதத்தையும், வருடத்தையும் பற்றித் திட்டமிட்டு அதன்படி நடந்தால்தான் வளர்ச்சிப்பாதையில் செல்லமுடியும். திட்டமிட்டு அதன்படி என்பது, இந்தப் பாதையில்தான் செல்லப்போகிறோம். இப்படித்தான் செல்லப்போகிறோம் என்ற ஒரு சாலை வரைபடத்தை வரைந்துவிட்டு, அதன்படி செயல்படுவது. இதனால், அடுத்து நடக்கவிருக்கும் நிகழ்வுகளைக் கணித்துச் செயல்பட முடியும்.

இந்தியர்கள் திட்டமிடுதலில் வல்லுனர்கள் என்பதை ஒரே ஒரு விளையாட்டின் மூலம் நிரூபிக்கமுடியும். "சதுரங்கம்"! இந்த விளையாட்டைக் கண்டறிந்தவர்களே நாம்தான்!

எதிரியின் அடுத்த பத்து அணுகுமுறைகளை முன்னரே கணித்து அதற்கேற்றார்ப்போல் திட்டமிடத் தூண்டும் சதுரங்கம்தான் மனித இனத்துக்கே திட்டமிடலைக் கற்றுக்கொடுக்கும் ஒரு சிறந்த விளையாட்டாகப் பார்க்கப்படுகிறது.

விளையாட்டுக்கே இவ்வளவு திட்டமிடல் இருக்க வேண்டுமென்றால், உண்மையான வாழ்க்கைக்குத் திட்டமிடல் என்பது எவ்வளவு அவசியம் என்பதைப் புரிந்துகொள்ளலாம்.

ஒரு நிறுவனம் தன் செயல்பாடுகளில் உறுதியாக இருப்பதற்கு இந்தத் திட்டமிடல்தான் முக்கியக் காரணமாக இருக்கும். சரியான திட்டமிடல் இல்லாத நிறுவனங்களில், ஊழியர்களும் மேம்போக்காகத்தான் வேலை பார்ப்பார்கள்.

விலங்குகளே திட்டமிட்டுக்கொண்டுதான் வாழ்கின்றன என்பதை நாம் தொலைக்காட்சி நிகழ்ச்சிகளில் பார்த்திருக்கிறோம். ஒரு புலி, தன் இரையை வேட்டையாட ஒரு மான் கூட்டத்தை அணுகும்போது, ஒவ்வொரு அடியாக எடுத்துவைத்து, பலவீனமான ஒரு மானைத் தேர்ந்தெடுத்து, அந்த மான் அசந்த நேரத்தில், அதன் மீது பாய்வதைப் பார்க்கிறோம். அதேபோல், எறும்புகளின் உணவு சேகரிக்கும் முறை! இவையெல்லாம் நமக்குத் திட்டமிடல் எவ்வளவு அவசியம் என்பதை உணர்த்துகின்றன.

நிறுவனம், வேலை, சமூகம், குடும்பம் ஆகிய எல்லாவற்றிலும் சரியான திட்டமிடுதல் உள்ளவர்கள்தான் வெற்றி காண்கிறார்கள்.

ஒரு நிறுவனம் திட்டமிடல் என்ற விஷயத்தில் மிகமிகத் தெளிவாக இருக்கவேண்டும். ஒவ்வொரு செயலையும் அதற்குத் தகுதியான வல்லுநர்களுடன் ஆலோசித்து, சரியான திட்டமிடலுடன் அணுகினால், மிகவும் திறமையாகச் செயல்படலாம்.

மேலாண்மையில் திட்டமிடலின் அவசியத்தைப் பற்றிச் சொல்லும்போது ஒரு முக்கியமான விஷயத்தைப் பற்றிக் குறிப்பிடுவதை நீங்கள் கவனித்திருக்கலாம். ஒரு நிகழ்வு அல்லது ஒரு தொழில் முயற்சி குறித்துத் திட்டமிடும்போதே இது தேறுமா? தேறாதா? என்பது தெரிந்துவிடும். தேறும் என்று தோன்றினால் அந்தத் திட்டத்தைத் தொடரலாம். தேறாது என்று முடிவெடுத்தால், உடனே கைவிட்டுவிடலாம். ஆனால் திட்டமிடாமல் அதைத் துவங்கிவிட்டால் மிகப்பெரும் சிக்கலைச் சந்திக்கவேண்டியிருக்கும்.

இதைப் பற்றி வள்ளுவரே கூடச் சொல்லியிருக்கிறார்.

“எதிரதாக் காக்கும் அறிவினார்க் கில்லை

அதிர வருவதாம் நோய்.”

ஒரு செயலை மிகச் சரியாகத் திட்டமிட்டால், அடுத்து என்ன நடக்கும் என்பதையும் கணித்துவிடலாம். அப்படிக் கணித்து, அதற்குத் தகுந்தாற்போல் செயல்படுபவர்களுக்கு, அதிர்ச்சியளிக்கும் வகையில் ஒரு கெடுதலும் நேர்வதற்கு வாய்ப்பில்லை.

ஒவ்வொரு நிறுவனமும் தங்கள் தொலைநோக்குப்பார்வை என்ன? அதை எப்படியெல்லாம் செயல்படுத்தப்போகிறோம் என்பதற்கான

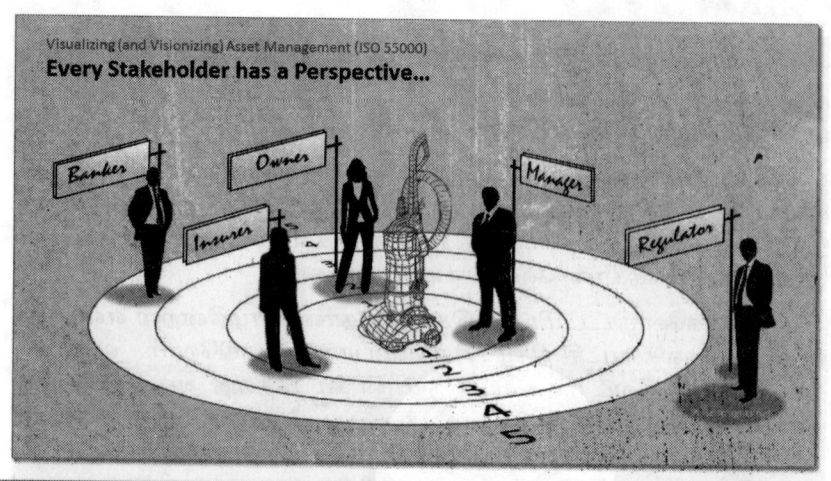

தங்களது திட்டமிடலை அனைத்து ஊழியர்களுக்கும் கடத்த வேண்டும்.

இன்னும் எளிமையாகச் சொல்லவேண்டும் என்றால்,

"என்ன செய்யலாம்? அதற்கு என்னென்ன செய்யலாம்?" - என்பது குறித்துத் தெளிவாகத் திட்டமிட்டுக் கொள்ள வேண்டும்!

உதாரணமாக, ஒரு கார் தயாரிப்பு நிறுவனம், உலகின் முதல் 5 கார் தயாரிப்பு நிறுவனங்களில் ஒன்றாக வரவேண்டும் என்று முடிவெடுக்கிறது. அதற்கு, இன்னும் பத்து ஆண்டுகளில் 5 நாடுகளில் தங்கள் கிளைகளை நிறுவ வேண்டும். இந்தியாவுக்குள் 1 கோடி கார்களை விற்றிருக்க வேண்டும். என்ற லட்சியத்தை , தொலைநோக்குப் பார்வையாக (VISION) வைக்கிறார்கள். இதை அவர்களின் முக்கியத் திட்டம் என்று எடுத்துக்கொள்ளலாம்.

அந்த முக்கியத் திட்டத்தை செயல்படுத்த, அவர்கள் என்னென்ன செய்யவேண்டும் என்பதுதான் அடுத்த கட்டத் திட்டம்!

ஐந்து நாடுகளில் தங்கள் தொழிற்சாலைகளை நிறுவ, முதலில் அந்த நாடுகளைத் தேர்ந்தெடுக்க வேண்டும். அந்த நாட்டு அதிகாரிகளிடம் பேசி, அதன் சட்டதிட்டங்களைத் தெரிந்துகொள்ளவேண்டும்.

ஒவ்வொரு நாட்டிலும் எங்கு தொழிற்சாலை அமையப்போகிறது. அதன் விற்பனைக் கட்டமைப்பு என்ன என்பது பற்றித் திட்டமிடவேண்டும்.

முக்கியமாக, ஒவ்வொரு தொழிற்சாலைக்குமான முதலீட்டை எப்படித் திரட்டப்போகிறோம் என்பதற்குத் திட்டமிடவேண்டும்.

அடுத்து, இந்தியாவுக்குள் ஒரு கோடிக் கார்களை விற்கவேண்டும் என்பது ஒரு திட்டம்!

அதற்கு, முக்கிய நகரங்களில் தங்கள் விற்பனை நிலையங்கள் இருக்குமாறு பார்த்துக்கொள்ள வேண்டும்.

முக்கியப் பிரமுகர்கள் தங்கள் கார்களைப் பயன்படுத்தும் வகையில் பார்த்துக்கொள்ளவேண்டும்.

ஒவ்வொரு மாதமும் எத்தனை கார்கள் விற்கவேண்டும் என்ற இலக்கை நிர்ணயிக்க வேண்டும். அதனை அனைத்து விற்பனைப் பிரதிநிதிகளுக்கும் கடத்தவேண்டும்.

வாடிக்கையாளரைத் திருப்திப்படுத்தும் வகையில் சேவையைப் பலப்படுத்தவேண்டும்.

ஒவ்வொரு வாடிக்கையாளரும், இன்னொரு வாடிக்கையாளரைக் கொண்டுவரும் வகையில் திட்டமிட்டுக்கொண்டு செயல்படவேண்டும்.

விற்பனைப் பிரதிநிதிகளுக்கு முறையான பயிற்சிகள் அளிக்கவேண்டும்.

மக்களைக் கவரும் வகையில், கார்களின் சிறப்பை எடுத்துரைக்கும் வகையில் விளம்பரங்கள் தயாரித்து, அதனை அனைத்துத் தொலைக்காட்சி, ஊடகங்களில் பிரபலப்படுத்த வேண்டும்.

இதில், மேலே சொன்ன முக்கியத் திட்டத்தை அடைவதற்காக, அடுத்தகட்டத் திட்டங்களைச் சொல்லியிருக்கிறோம். ஆனால், அடுத்தகட்டத் திட்டங்களைச் செயல்படுத்த, மீண்டும் திட்டங்கள் தீட்டவேண்டும். அப்போதுதான் அது முழுமை பெறும்.

நிறுவனங்களும், ஊழியர்களும் எந்தெந்த வகையில் திட்டமிடலைக் கடைப்பிடிக்கலாம் என்று பார்ப்போம்.

- **தன் நிறுவனத்தின் லட்சியம் என்ன? அதை அடைய அந்த நிறுவனம் போட்டிருக்கும் திட்டங்கள் என்ன என்பது கடைநிலை ஊழியருக்குக்கூடத் தெரிந்திருக்க வேண்டும்.**
- **நிறுவனம் எடுக்கும் எந்த ஒரு முடிவும், சரியாகத் திட்டமிட்டுத்தான் செய்யப்படுகிறது என்ற நம்பிக்கையை ஒவ்வொரு ஊழியருக்குள்ளும் உருவாக்கவேண்டும்.**
- **நிறுவனத்தின் வளர்ச்சித் திட்டத்தில் தான் எங்கிருக்கிறோம். அதில் தன் பொறுப்பு என்ன என்பதை அவர் முழுமையாக உணர்ந்திருக்கவேண்டும்.**
- **நிறுவனத்தில் தன் அன்றாட அலுவல்கள் என்ன என்பதற்கான திட்டத்தை ஒவ்வொரு ஊழியரும் முன்னரே வகுத்து வைத்திருக்கவேண்டும்.**
- **அன்றாடம் செய்யவேண்டிய வேலைகளை எழுதி வைத்துக்கொண்டு, ஒவ்வொரு வேலை முடித்தபின்னரும் , அதன் மீது ஒரு டிக் அடித்துக்கொண்டு வரும்போது நமக்கே ஒரு தன்னம்பிக்கை பிறக்கும்.**

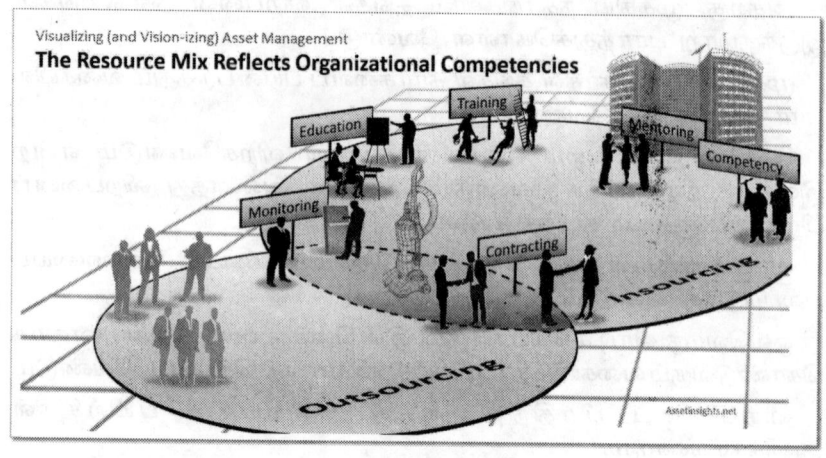

- **ஒரு வேலையைக் கையில் எடுக்கும்போது, அதனை எப்படிச் செய்யப்போகிறோம் என்பதற்கு ஒரு சில நிமிடங்கள் ஒதுக்கத் திட்டமிட்டால், அதை முடிப்பது இன்னும் சுலபமாக இருக்கும்.**
- **திட்டமிடல் என்று வரும்போது முக்கியத்தேவை, காகிதமும், பேனாவும். சிந்திப்பதை எழுதிப்பார்த்து, திட்டமிட்டால் வெற்றி நிச்சயம்.**
- **நிறுவனத்தின் வளர்ச்சியில் அக்கறை கொண்டு, ஒவ்வொரு ஊழியரும் தங்களுக்குத் தோன்றும் திட்டங்களை முன்வைக்கலாம். இது அவர்களுக்கு நிறுவனத்தின்மீது இருக்கும் ஈடுபாட்டை வெளிக்கொண்டுவரும். சில நேரங்களில் அதுவே பதவி உயர்வுக்கும் காரணமாக இருக்கும்.**

ஒரு குறிப்பிட்ட கால அவகாசத்துக்குப் பிறகு துவங்க வேண்டிய வேலையை, பிறகு பார்த்துக்கொள்ளலாம் என்று தள்ளிப்போடாமல், அந்த வேலை பற்றிய செய்தி வந்தவுடனேயே, அதனை எப்படிச் செய்வது என்று திட்டமிட ஆரம்பித்துவிட்டால், அந்த வேலை மிகச் சுலபமாக முடியும். உதாரணமாக, ஒரு நிறுவனத்தில் ஒரு விழாவை நடத்தத் திட்டமிட்டு அதற்கான தேதி அறிவிக்கப்பட்டு, யார் யார் என்னென்ன வேலையைப் பகிர்ந்துகொள்வது என்று முடிவெடுத்துவிட்டால், மிகச்சிறப்பாக, தெளிவாக, குழப்பமில்லாமல் அந்த விழாவை நடத்திவிடலாம். பொதுவாக, ஒவ்வொரு விழாவின் வெற்றியும் தோல்வியும் அதுகுறித்தத் திட்டமிடலில்தான் அடங்கியிருக்கிறது.

திட்டமிடலுக்கு முதலில் நம் மனம் தயாராக வேண்டும். அது மட்டும் நடந்துவிட்டால், திட்டமிடல் என்பது அல்வா

சாப்பிடுவதுபோல் ருசியாக இருக்கும். ஏனெனில் ஒரு செயலைப்பற்றித் திட்டமிடும்போதே அதன் வீச்சு தெரிந்துவிடும். அதற்காகத்தான் அலுவலகங்களில் *PLANNER* என்று ஒரு வஸ்துவை வைத்திருப்பார்கள். பெரும்பான்மையான இடங்களில் அது தொலைபேசி எண்களைக் குறிக்கும் நோட்டாகப் பயன்படுகிறது. ஆனால், அந்தப் பிளானரில் தங்கள் திட்டங்களைக் குறித்து வைத்துக்கொண்டால் அது மிகவும் பயனளிக்கும்.

சமூகத்திலும் திட்டமிடல் என்பது மிகவும் அவசியமாகிறது. ஒவ்வொரு சமூக நிகழ்வையும் முறையான திட்டமிடல் இல்லாமல் நடத்தமுடியாது. ஒரு கோவில் திருவிழா என்றால், அதற்கு அரசு அனுமதி, கேளிக்கைகள், வழிபாட்டு முறைகள், வியாபார ஏற்பாடுகள் இவற்றிற்கென்று அந்த விழாக் குழுவினர் ஒரு திட்டம் வகுத்துக்கொண்டு அதற்குத் தகுந்த நபர்களை நியமித்துக்கொண்டு அதை நடத்தினால்தான் அந்த விழா குழப்பமில்லாமல் நடக்கும்.

தனிமனித வாழ்வில் திட்டமிடல் என்பது இல்லாவிட்டால், அதில் நிச்சயம் வெற்றி பெறுவது என்பது கேள்விக்குறிதான்!

நான் என்னவாகப்போகிறேன் என்பதற்கான நம்முடைய திட்டத்தைத்தான் நாம் லட்சியம் என்று சொல்கிறோம்.

நம் கல்வி, குடும்பம், பொருளாதாரம், ஆரோக்கியம் ஆகியவற்றுக்கான திட்டமிடுதல் மிக மிக அத்தியாவசியமானது.

கல்வி என்ற வகையில், நாம் என்ன படிக்கலாம்? அதை எப்படிப் படிக்கலாம் என்று திட்டமிட்டுக் கொண்டு, அதன்படி செயல்படுவதற்கான நேரத்தை ஒதுக்கலாம். ஆனால் பெரும்பான்மையானவர்கள் படிப்பதையே ஒரு விபத்தாகப் பார்ப்பதால், விபத்திற்கு ஏன் திட்டமிடவேண்டும் என்று விட்டுவிடுகிறார்கள்.

குடும்பத்துக்குள் திட்டமிடலை, பெண்களிடத்திலிருந்து கற்றுக்கொள்ளலாம். ஒரு சுற்றுலா செல்வதாகட்டும், ஒரு வழிபாட்டுத்தலத்துக்குச் செல்வதாகட்டும். ஆண்கள் டிக்கெட் எடுப்பதோடு சரி! அதுவும் சில நேரங்களில் பேருந்து நிலையம் சென்று பார்த்துக் கொள்ளலாம் என்று இவர்கள் மெத்தனமாக இருந்துவிடுவார்கள். ஆனால் பெண்கள்தான் அந்தப் பயணத்துக்குப் பார்த்துப்பார்த்துத் திட்டமிடுவார்கள். உடைகள், அத்தியாவசியப் பொருட்கள் ஆகியவற்றை எடுத்து வைப்பதாகட்டும், குழந்தைகளின் பள்ளி விடுமுறையைக் கணக்கிடுவதாகட்டும், செல்லும் வழியில் சாப்பிட நொறுக்குத்தீனி தயார்செய்வதாகட்டும். திட்டமிட்டுச் செயல்படுவதால்தான் குடும்பத்தலைவிகளை மந்திரி என்று பெருமையாகச் சொல்கிறோம்.

பொருளாதாரத் திட்டமிடல்தான் ஒரு குடும்பத்தின், தனி மனிதனின் வளர்ச்சியை நிர்ணயிக்கும் காரணியாகும். ஒவ்வொரு

மாதமும், வரும் வருமானத்துக்குள் எப்படிச் செலவு செய்யவேண்டுமென்று திட்டமிடலாம். செலவு போக மிச்சப்படும் தொகையை எந்தெந்த விதங்களில் சேமிக்கலாம் என்று திட்டமிடலாம். ஏனெனில் சேமிப்பும் ஒருவித சம்பாத்தியம்தான். அப்படிச் சேமிக்கும் அளவுக்குப் பொருள் சேரும்போது, நண்பன் சொன்னான் என்பதற்காக அதன் விளைவு பற்றித் திட்டமிடாமல், ஈமு கோழி வளர்ப்பு, தங்கப்புதையல் திட்டம் போன்ற நூதன மோசடிகளில் மாட்டிக்கொள்ளாமல் பார்த்துக்கொள்ளவேண்டும்.

குழந்தைகளின் கல்விக்காக ஒரே நாளில் பணம் சேர்த்துவிட முடியாது. ஆகவே, ஒரு ஆண்டுக்கான கல்விக்கட்டணத்துக்கு மாதாமாதம் எவ்வளவு சேமிப்பது என்று திட்டமிட்டால், கல்வி ஆண்டின் ஆரம்பத்தில் கடன் வாங்கவேண்டிய அவசியம் ஏற்படாது.

அடுத்து ஆரோக்கியத்துக்கான திட்டமிடல்! அதற்கு மேல் அதைப் பற்றிக் கவலைப்படத் தேவையில்லை. நாம் சரியாகச் சாப்பிடுகிறோம். அதனால் உடல் வளர்கிறது என்ற எண்ணத்தில் இருந்தால், காலப்போக்கில் உடலில் பல நோய்களும் வளர்ந்து ஆரோக்கியத்தை ஆட்டம் காண வைத்துவிடும். 20 வயதுக்குப்பிறகே, ஆரோக்கியத்தைப்பற்றித் திட்டமிடலாம். குறிப்பாக 30 வயதுக்குப்பிறகு, நிச்சயமாக தங்கள் ஆரோக்கியத்துக்கு ஒவ்வொருவரும் திட்டமிட வேண்டும். ஆறு மாதத்துக்கொரு முறையாவது எடை பார்த்துக்கொள்ள வேண்டும். அது கூடுவதாகத் தெரிந்தால், உடற்பயிற்சி செய்யத் திட்டமிட்டு, அதன்படிச் செயல்படலாம். தொடர்ந்து ஒரு நோய்க்கான

அறிகுறி தெரிந்தால், உடனடியாக மருத்துவரை அணுகத் திட்டமிட்டு, அவர் கொடுக்கும் மருந்துகளையும், ஆலோசனைகளையும் முழுமையாகப் பின்பற்றலாம். தூக்கத்தைச் சரியாகத் திட்டமிட்டால் கூட, உடலுக்கு எந்த ஒரு பாதிப்பும் வராது. ஆனால் திட்டமிடாமல் தூங்கினால் முழுமையான பாதிப்பை அனுபவிக்க வேண்டியிருக்கும்.

எந்த ஒரு விஷயத்தையும் ப்ளான் பண்ணித்தான் பண்ணனும்!

என்று ஒவ்வொரு முறையும் எண்ணினாலே போதும். திட்டமிடல் நம்மை வெற்றியின் உச்சத்துக்குக் கொண்டுசெல்லும்.

படித்துமுடித்ததும், பிரகாஷ் நேராக சிவாவிடம் வந்தான்.

"ஆமா சிவா ஜி! இன்னும் அஞ்சு மாசம் தானே இருக்கு பத்தாவது ஆண்டுவிழாவுக்கு... நெறைய வேலை இருக்கே! மச மசன்னு உக்காராம திட்டமிட ஆரம்பிக்கலாம். எனக்கு என்னென்ன வேலை இருக்குன்னு சொல்லுங்க பாஸ்! என்று சீரியஸாகப் பேசிக்கொண்டே போனான்.

"இதப்பார்றா!" என்று பூஜா வியந்தாள்!

"ரியல்லி ஐ ஓப்பனிங் கட்டுரை பூஜா ஜி! அடுத்தடுத்த வாரங்கள் என்ன வரப்போவுதுன்னு எனக்கு மட்டும் லீக் பண்றீங்களா?" என்றான் ப்ரகாஷ்!

"நோ! நோ! அது கம்பெனி சீக்ரெட்! புக்ல வெளிவரும்போது படிச்சுக்க! அப்படித்தானே பூஜா?" என்று சிவா பதிலளித்தான்.

சிரித்துக்கொண்டே பூஜா சொன்னாள் "கககபோ"!

கருத்துக்களைக் கச்சிதமாகக் கவ்விக்கொள்கிறீர்கள் போங்கள்!

மிகவும் இரசிக்கப்பட்ட வடிவேலுவின் வசனங்களில் இதுவும் ஒன்று! அதை அவர் சொல்லும் விதம் இன்னும் மக்கள் மத்தியில் நிலைத்து நிற்கிறது. நான் மனதில் நினைப்பதை அப்படியே பிரதிபலிக்கிறாய்! சொல்ல வந்த கருத்தை அதன் சாராம்சம் மாறாமல் புரிந்துகொள்கிறாய் என்று ஒரு அரசன் தன் அமைச்சரைப் பார்த்துச் சொல்கிறார்.

இதில் அடங்கியிருக்கும் மேலாண்மைத் தத்துவம் மிகவும் எளிமையானது.

“எளிதில் புரிந்துகொள்பவர்களால்தான் எதையும் சாதிக்க முடியும்”

10

இந்த வாக்கியத்தில் புரிதல் என்பதைப் பல்வேறு பரிமாணங்களில் பார்க்கலாம்.

- நிறுவனத்தில் மேலதிகாரிகளைப் புரிந்துகொள்ளுதல்
- நிறுவனத்தின் நோக்கத்தைப் புரிந்துகொள்ளுதல்

- வேலையின் தன்மையைப் புரிந்துகொள்ளுதல்
- சமூகத்தைப் புரிந்துகொள்ளுதல்
- குடும்பத்தைப் புரிந்துகொள்ளுதல்
- கடைசியாக ஆனால் முக்கியமாகத் தன்னைப் புரிந்துகொள்ளுதல்

பொதுவாக நிறுவனங்கள் என்று எடுத்துக்கொண்டால், கீழதிகாரிகள், மேலதிகாரிகளைப் புரிந்துகொள்வது மிகவும் கடினமான காரியமாகப் பார்க்கப்பட்டு, இருவரும் ஒரே வசனத்தை வேறு வேறு கோணத்தில் சொல்வார்கள்.

"என்னைப் புரிஞ்சுக்கவே மாட்டேங்குறாரு!"

இந்தப் புரிதல்தான், ஒரு நிறுவனத்தின் வேலைப் பல் சக்கரத்துக்கு இடப்படும் உராய்வு எண்ணெய் போன்றது. ஒருவரை ஒருவர் புரிந்துகொள்வதில்தான் வெற்றியே அடங்கியிருக்கிறது. அப்போதுதான், மேலதிகாரி இப்படித்தான் முடிவெடுப்பார், இதைத்தான் சொல்லுவார் என்று தெளிவாகக் கணித்து அவரிடம் பாராட்டுப் பெற முடியும்.

அதேபோல், கீழதிகாரியின் பலம் என்ன, பலவீனம் என்ன என்று புரிந்து அதற்கேற்றார்ப்போல் அவருக்கு வேலை கொடுத்தால், என் மேலதிகாரிக்கு என்னை நன்கு புரிந்திருக்கிறது. அவர் என்னைச் சரியான நிலையில் வைத்திருக்கிறார் என்று மகிழ்வார்.

அப்போது இருதரப்பிலிருந்துமே இந்த "கககபோ" உற்சாகமாக வெளிப்படும்.

மேலதிகாரிகளும், ஊழியர்களும் ஒன்றைச் சுலபமாகப் புரிந்துகொள்வதற்கு உதவுகின்ற ஒரு சில நுட்பங்கள் இருக்கின்றன.

முதலில் இருவருமே, அவரவர்களின் உருவத்தோடு வேலையைப் பொருத்திப் பார்க்கக்கூடாது. இன்ஃபோசிஸ் நிறுவனர் நாராயணமூர்த்தி உயரம் குறைவானவர். அந்த நிறுவனத்தின் வாயில் பாதுகாவலர் ஆஜானுபாகுவாக இருப்பார். ஆனால், இந்த ஆளா எனக்குச் சம்பளம் கொடுப்பது என்று செக்யூரிட்டியும், என்னை விட ஆஜானுபாகுவானவன் எனக்குக் கீழ் வேலை பார்ப்பதா என்று நாராயணமூர்த்தியும் நினைத்தால் என்ன ஆகும்? அவர் மூர்த்தி(?) சிறிதெனினும் கீர்த்தி பெரிதானவர் என்று செக்யூரிட்டியும், ஆஜானுபாகுவான உயரமுடையவர்தான் நம் பாதுகாப்புக்குத் தேவை என்று நாராயணமூர்த்தியும் புரிந்துகொள்வதுதான் இங்குள்ள அடிப்படை நியாயம்.

- நிர்வாகியின், அல்லது ஊழியரின் சொந்த வாழ்க்கையை அவர்கள் கோணத்திலிருந்து புரிந்துகொள்ளவேண்டும். ரத்தம் – தக்காளிச்சட்னி வித்யாசம் காட்டிவிடக்கூடாது.

சுரேகா 85

- நிர்வாகி, வேலையின் தன்மையை எளிமையாகப் புரிய வைக்கவேண்டும். ஊழியருக்கு அவர் சொன்னதைத் தான் எந்த அளவுக்குப் புரிந்துகொண்டிருக்கிறார் என்று தெளிவாக எடுத்துச் சொல்லத் தெரிந்திருக்கவேண்டும்.

- மின்னஞ்சல்களை முழுமையாகப் படித்து, அது தொடர்பாகச் சரியான விளக்கமளிக்க இருவரும் தயாராக இருக்கவேண்டும். என்னிடம் நீ என்ன கேள்வி கேட்பது என்று அதிகாரியும், எனக்கு நீ என்ன விளக்கம் சொல்வது என்று ஊழியரும் நினைத்துவிட்டால், புரிதல் என்பது லட்சக்கணக்கான மைல்கள் தள்ளி நிற்கும்.

- சில அதிகாரிகளுக்கு - ஏன், பெரும்பாலும் எல்லா அதிகாரிகளுக்கும் - அவர்கள் கூறுவதை மறுத்துச் சொல்வது பிடிக்காது. அதைப் புரிந்துகொண்டு, அவர்கள் கருத்தில் நமக்கு மறுப்பு இருந்தால், முதலில் ஏற்றுக்கொள்வதுபோல் துவங்கி, பின்னர் அது இப்படியும் ஆகும், அப்படியும் ஆகும் என்று அவர் தளத்திலிருந்து யோசிப்பதுபோல் மாற்றுக்கருத்தை வெளியிட்டால், ஓ! இவர் நமக்காகத்தான் சிந்திக்கிறார் என்று அதிகாரி புரிந்துகொள்வதற்கான சந்தர்ப்பம் ஏற்படும்.

- மேலதிகாரி சொல்வது எல்லாவற்றையுமே மறுக்கும் மனோபாவம், இரு பக்கமும் தனிப்பட்ட வெறுப்பைத் தானாகவே உருவாக்கிவிடும். உங்கள் கருத்தை நான் மதிக்கிறேன். ஆனால், நான் சொல்வது நிறுவனத்தின் நலனுக்காகத்தான் என்று அவருக்குப் புரியவைத்தாலே போதும். அதிகாரிக்குப் பிரியமானவர்கள் பட்டியலில் நம் பெயர் வந்துவிடும்.

- பொதுவாகவே Yes!, CAN, (முடியும்), Sure போன்ற வார்த்தைகளையே நிர்வாகம் விரும்பும். இதை முதலில்

சொல்லிவிட்டு பிறகு நம் கருத்தை வைத்தால்தான் அவர்களுடன் சுமூக உறவைப் பேணமுடியும்

- எந்தக் காரணத்தைக் கொண்டும் ஒரு விவாதம் என்று வரும்போது அது கருத்து சார்ந்ததாக இருக்கவேண்டும். "இப்படித்தானே நீங்க போன தடவை சொன்னீங்க! என்ன ஆச்சு?" என்று கடந்தகாலத் தோல்விகளைச் சுட்டிக்காட்டவோ, குறைகூறவோ கூடவே கூடாது. அது, சுருக்கென்று தன்னை பர்சனலாகத் தாக்குகிறார் என்ற நினைப்பை உருவாக்கி, இருவருக்குமுள்ள தூரம் குறைந்துவிடும்
- ஒரு மேலதிகாரி, தன்னைப்பற்றி விமர்சித்ததாக இன்னொரு ஊழியர் சொல்லக் கேட்டால், உடனே அவரிடம் அந்த மேலதிகாரியைப்பற்றி விமர்சிப்பது இன்னும் ஆபத்தானது. அங்கு சிறப்பான செயல்பாடு எதுவென்றால், "அப்படியா?" அவர் அப்படிச் சொல்லமாட்டாரே? என்று கேட்டுவிட்டு நகர்ந்துவிடுவதுதான். அதேபோல், அந்த விஷயத்தில் சந்தேகம் ஏற்பட்டால், அதிகாரியிடமே போய் "நீங்கள் என்னைப்பற்றி இப்படிச் சொன்னதாக சக ஊழியர் சொன்னார். ஆனால் நான் நம்பவில்லை" என்று தெளிவாகச் சொல்லலாம். இதில் சூட்சுமம் என்னவென்றால், அவர் உண்மையில் சொல்லவில்லையென்றால் உங்கள் புரிதலை நினைத்துப் பெருமைப்படுவார். சொல்லியிருந்தால், இவ்வளவு நல்லவரையா தவறாகச் சொன்னோம் என்று வெட்கப்படுவார். ஆக, இரண்டிலுமே லாபம்தான்!

மனிதர்களைப் புரிந்துகொள்வது போக, வேலையைப் புரிந்துகொள்வது என்ற விஷயம் மிகவும் முக்கியமானது.

அந்த நிறுவனத்தின் அனைத்து வேலைகளைப்பற்றியும் கொஞ்சமாவது தெரிந்தோ, புரிந்தோ வைத்திருக்க வேண்டும்.

நமக்குக் கொடுக்கப்பட்ட வேலையை முழுமையாக ஆராய்ந்து அதன் ஆழம் வரை சென்று, நுணுக்கமாகச் செய்யப் பழகவேண்டும். அந்த வேலையில் சில நுட்பங்கள் தெரியாவிட்டால், இணையத்தில் படித்துத் தெரிந்துகொள்ளலாம் அல்லது அதைப் பற்றிய தெரிந்த சக ஊழியர்களிடமிருந்து கற்றுக்கொள்ளலாம்.

பொதுவாக வேலையைப் பொறுத்தவரை, தொழில்நுட்பம் தெரியாவிட்டால்கூடப் பரவாயில்லை, அந்த நிறுவனம் குறிப்பிட்ட தொழில்நுட்பத்தை எந்த அளவுக்குப் பயன்படுத்துகிறது என்று தெரிந்திருந்தாலே போதும். வேலை ஏணியில் வேகமாக ஏறிவிடலாம்.

"ககககபோ" என்று பாராட்டப்படும் ஊழியரோ, அதிகாரியோதான் நிறுவனத்தின் சொத்தாகப் பார்க்கப்படுகிறார்கள். அவர்களைத்தான் நிறுவனம் முக்கிய முடிவுகளை எடுக்கப் பயன்படுத்துகிறது.

அதேபோல், சமூகத்தைப் புரிந்துகொள்வதும் மிக முக்கியமானதாகும். ஒரு நிறுவனம் அந்த சமூகத்தைப் புரிந்துகொண்டால் வியாபாரம் நன்றாக இருக்கும். அரபு நாடுகளில் தங்கள் சலவைத்தூளை விற்பனை செய்ய முயன்ற ஒரு நிறுவனம். எல்லா முக்கிய இடங்களிலும், செய்தித்தாள்களிலும் ஒரு விளம்பரம் செய்தது. அதன்படி அங்கு ஒரு அழுக்குத்துணி இருக்கும். அங்குள்ள சலவைத்தூள் கலந்த நீரில் அழுக்குத்துணி நனைக்கப்படும். அடுத்த படத்தில் புதிய வெள்ளைத்துணி பளிச்சென்று இருப்பது காட்டப்படும்.

ஆனால், ஒருவர்கூட அந்தச் சலவைத்தூளை வாங்கவில்லை. ஏனெனில் அவர்கள் வலமிருந்து இடமாகப் படிப்பவர்கள். அதன்படி வெள்ளைத்துணியை, இந்த பவுடரில் நனைத்தால், அழுக்குத்துணிதான் கிடைக்கும் போலிருக்கிறது என்று நினைத்து யாரும் வாங்காமல் போய்விட்டனர். இது, காலம் கடந்துதான் அந்த நிறுவனத்துக்குப் புரிந்திருக்கிறது. தான் வியாபாரம் செய்யும் சமூகத்தைப் புரிந்துகொள்ளாததால் வந்த வினை இது!

நாம் வாழும் சமூகத்தை நாம் சரியாகப் புரிந்துகொண்டால்தான் அதனுடன் இயைந்து வாழ முடியும். இதைத்தான் ஏற்கனவே "ஊரோடு ஒத்து வாழ்!" என்று சொல்லியிருக்கிறார்கள்.

குடும்பத்தைப்பொறுத்தவரை நாம் கேட்கும் பொதுவான வார்த்தை "என்னை யாரும் புரிஞ்சுக்கவே இல்லை" என்பதுதான். வேலைக்குப் போகுமிடத்தில் உள்ள மேலதிகாரிகளை அனுசரித்துப்போகும் நாம், குடும்பத்தில் மனைவியையோ, கணவரையோ அனுசரித்துப் போகத் தயங்குகிறோம். புரிந்துகொள்வது என்பதற்கு யாராவது ஒருவர் சொல்வதை எதிர்க்காமல் கேட்டுப் பணிந்து போவது என்று நாமாகவே அர்த்தப்படுத்திக்கொண்டுள்ளோம். அதனால்தான் குடும்பங்களில் பிரச்னைகள் தலைதூக்குகின்றன.

ஒவ்வொரு ஆணும் தன் மனைவியும் ஒரு சக மனிதர்தான், அவருக்கும் குடும்பத்துக்குள் கருத்துச்சொல்லும் உரிமை இருக்கிறது என்ற புரிதல் இருந்தால், கருத்துப் பரிமாற்றத்தின்போது வார்த்தைகள் தடித்து, அம்பாக மாறி ஒருவரை ஒருவர் காயப்படுத்திக் கொள்வதிலிருந்து தப்பிக்கலாம். இங்கும், அவர்கள் சொல்லும் எல்லாவற்றுக்கும் உடனே மறுப்புச் சொல்லாமல், ஒரு விபரத்தைப்பற்றித் தெளிவாகப் பேசி, தனது மாற்றுக் கருத்தையும் வைக்கலாம்.

அதேபோல்தான் பெண்களும், ஆண் தன்னைக் கவனிக்கவில்லை, தன் கருத்துகளுக்கு மதிப்பளிப்பதில்லை என்ற ஒற்றைப்புள்ளியில் நின்றுகொண்டு அவர்களைக் குறை சொல்லாமல், அவர்களின் ஒரு நாள் நிகழ்வுகளைக் காதுகொடுத்துக்கேட்டு, அவர்கள் சொல்லும் கருத்துக்களுக்கு உடனே எதிர்வினையாற்றாமல் இருந்தாலே, உறவு தானாகவே வலுப்பெறும்.

"நான் பேச நினைப்பதெல்லாம் நீ பேச வேண்டும்" என்ற பாடலின் மறுவடிவம்தான் இந்த கககபோ!

அதேபோல்தான் குழந்தைகளும்.. அவர்கள் நமக்குப்பிறந்தவர்களே அன்றி, நமக்காகப் பிறந்தவர்கள் அல்ல! அவர்கள் உணர்வுகளையும் கேட்டுத் தெரிந்துகொள்ளலாம். அப்போதுதான் அவர்கள் உலகம் நமக்கு விளங்கும். பெரும்பாலும் பெற்றோர்கள் செய்ய மறுக்கும் செயல் இதுதான்! நாங்கள் உன் நன்மைக்குத்தான் செய்வோம். அதனால் சொன்னதைக் கேள் என்று அவர்களுக்குள் ஒரு விதத் திணிப்பைத்தான் செய்துகொண்டிருக்கிறோம். அதனால்தான் பெற்றோர், பிள்ளைகள் உறவில் புரிதல் என்பது எட்டாக்கனியாகவே உள்ளது.

இதற்கு அடிப்படை ஒவ்வொரு விவாதத்திலும் *ARGUMENT* செய்யப்போகிறோமா *AGREEMENT*ல் செல்லப்போகிறோமா என்று முடிவெடுப்பதில்தான் இருக்கிறது. ஒருபோதும் வாக்குவாதம் வெல்லாது. ஒத்துப்போவதுதான் மனிதர்களைப் புரிந்துகொள்ள வைக்கும். அப்போதுதான் நாமும் யாரைப் பார்த்து வேண்டுமானாலும் தைரியமாகச் சொல்லலாம்.

"கருத்துக்களைக் கச்சிதமாகக் கவ்விக் கொள்கிறீர்கள் போங்கள்!

இதைப் படித்துமுடித்த பூஜாவின் அப்பாவுக்கு, மகளை நினைத்து மிகவும் பெருமையாக இருந்தது. 24 வயதுப்பெண்ணுக்கு இவ்வளவு முதிர்ச்சியா? அமுதன் என்ற பயிற்சியாளர் சொன்ன விஷயங்களை, நண்பன் சிவாவுடன் சேர்ந்து, கட்டுரையாக்கிப் பரிமாறியிருக்கிறாள். வாராவாரம் படித்திருந்தாலும், இந்த வாரம் கொஞ்சம் தனக்கு நெருக்கமான விபரங்கள் சொல்லப்பட்டிருப்பதாக உணர்ந்தார்.

அன்றிரவு பூஜா வந்ததும், அவளை அழைத்தார். "பூஜா! உனக்கு எப்போ கல்யாணம் பண்ணிக்கணும்னு தோணுதோ, அப்போ சொல்லும்மா! கூட நின்னு என்ன செய்யணுமோ சிறப்பா செய்யுறேன். அப்பா உன்னை முழுமையா நம்புறேன். ஓக்கேவா? என்று சொல்லிக் தலைகோதினார்.

"ரொம்ப நன்றிப்பா!" என்று அப்பாவின் புரிதலை எண்ணிப் பெருமிதத்தில் துளிர்த்த கண்ணீரை அடக்கமுடியாமல் சமாளித்தாள்.

சுரேகா 89

ரிஸ்க் எடுக்குறது எல்லாம் எனக்கு ரஸ்க்கு சாப்புடுற மாதிரி!

மருதமலை என்ற திரைப்படத்தில், வடிவேலுவின் சக போலீஸான அர்ஜுன், வேண்டாம் வேண்டாமென்று சொல்ல, அதையும் மீறி ஒரு கைதியின் விலங்கை அவிழ்த்துவிடுவார். அப்போது அவர் மிகவும் சீரியஸாகச் சொல்லும் வசனம்தான் இது!

இந்த வசனத்தின் பின்னணியில்தான் வெற்றிக்கான சூத்திரம் இருக்கிறது.

ரிஸ்க் என்ற வார்த்தைக்கு இடர், துன்பம் என்று பல்வேறு அர்த்தங்கள் இருந்தாலும், இங்கு நாம் எடுத்துக்கொள்ள வேண்டியது: **எதையும் எதிர்கொள்ளுதல், வெற்றியோ தோல்வியோ அல்லது லாபமோ நஷ்டமோ எதையும் சந்திக்கத் தயாராகுதல்** என்ற அர்த்தத்தைத்தான். அப்படியெனில் இந்த வசனம் சொல்லவரும் மேலாண்மைத் தத்துவம் இதுதான்.

11

“வெற்றியாளர்கள் எதையும் எதிர்கொண்டு, இடர்களைப் புறந்தள்ளிச் செல்லக்கூடிய துணிவுள்ளவர்களாக இருப்பார்கள்.”

இதில் ரிஸ்க் என்ற ஒற்றை வார்த்தைதான், மிகப்பெரிய ரிஸ்க்கான வார்த்தை!

பல்வேறு நிறுவனங்கள், வெற்றியாளர்கள், கலைஞர்கள் அனைவருமே வாழ்க்கையில் ரிஸ்க் எடுத்தவர்கள்தான். எதையும் எதிர்கொள்ளும் மனத்துணிவு ஒன்றுதான் அவர்களை இவ்வளவு உயரத்துக்குக் கொண்டுவந்திருக்கிறது என்பதை உணர்ந்தால் போதும்.

வாழ்வின் முக்கியமான, பாதுகாப்பற்றதாக சமூகத்தால் கருதப்படும் முடிவுகளை எடுக்கும்போதுதான், ரிஸ்க் எடுக்கிறோம் என்று மற்றவர்கள் விமர்சிப்பார்கள். ஆனால் அந்த முடிவுகளை எடுக்கும் முன் நாம் எவ்வளவு யோசிக்கிறோம் என்பதுதான் இங்கே முக்கியமாகக் கவனிக்கப்பட வேண்டிய விஷயம்.

ஒரு நிறுவனம் என்று எடுத்துக்கொண்டால், அதன் தலைவன் எப்பொழுதுமே ரிஸ்க் எடுக்கத் தயங்கக்கூடாது. அதன் விளைவுகள் எதுவாக இருந்தாலும் பரவாயில்லை. சமாளிக்கலாம் அல்லது எதிர்கொள்ளலாம் என்ற துணிவுதான் இதற்கான அடிப்படைத் தேவை!

யார் ரிஸ்க் எடுக்கிறார்கள் என்று உன்னித்துப்பார்த்தால், ஒரு வேலையை அல்லது செயலை பிழைப்புக்காகச் செய்பவர்கள் ரிஸ்க் எடுப்பதில்லை. அதே வேலையை அல்லது செயலை லயிப்புக்காகச் செய்பவர்கள் ரிஸ்க் எடுக்கிறார்கள். பிழைப்பு என்பதை ஆங்கிலத்தில் SURVIVAL என்றும், லயிப்பு என்பதை PASSION என்றும் சொல்லலாம்.

யாரெல்லாம் பிழைப்புக்காக வாழ்கிறார்களோ அவர்கள் தங்கள் வாழ்வில் சாதனைகளைப் படைப்பது இல்லை. ஏனெனில் அவர்கள் ரிஸ்க் எடுப்பது இல்லை.

யாரெல்லாம் லயிப்புக்காக வாழ்கிறார்களோ அவர்கள் சாதனைகள் படைத்துவிடுகிறார்கள். ஏனெனில் அவர்கள் தங்கள் வாழ்நாள் முழுவதும் ரிஸ்க் எடுத்துக்கொண்டே இருக்கிறார்கள்.

ஒரு பஸ் கண்டக்டராக வேலைக்குச் சேர்ந்து, அந்த வருமானமே தன் பிழைப்பை நடத்தப்போதுமென்ற எண்ணத்துடன் அப்படியே வாழ்ந்திருந்தால், எந்தச் சிக்கலும் இல்லாமல் யாருக்கும் தெரியாமல் கர்நாடகாவில் ஓர் அமைதியான, யாருக்கும் தெரியாத வாழ்க்கையை சிவாஜிராவ் என்ற அந்த மனிதன் வாழ்ந்திருக்கலாம்.

ஆனால், பார்த்துக்கொண்டிருந்த கண்டக்டர் வேலையை விட்டுவிட்டு, வருமானத்தையும் இழப்பதற்கான ரிஸ்க்கைத் துணிச்சலாக எடுத்து, தன்னை நம்பி, தன் ஸ்டைலையும், நடிப்பின் மீதிருக்கும் ஆர்வத்தையும் நம்பி சென்னைக்கு வந்து பல்வேறு இன்னல்களை அனுபவித்து, படிப்படியாக முன்னேறி, இன்று உலகத்துக்கே தெரிந்த, கோடிக்கணக்கான ரசிகர்களைக்கொண்ட சூப்பர் ஸ்டார் ரஜினிகாந்த் என்ற ஒரு மாமனிதன் உருவாகியிருக்கிறார் என்றால், இந்த இரண்டு வாழ்க்கைக்கும் உள்ள இடைவெளி ஒன்றே ஒன்றுதான் அவருடைய முதல் வாழ்க்கை பிழைப்புக்கானது. இரண்டாவது வாழ்க்கை லயிப்புக்கானது.

லயிப்பே அவனுக்கான பிழைப்பாக மாறும்போது அதற்கான வெற்றி வாய்ப்பு அதிகமாக இருக்கும். ஏனெனில் அப்படிச் செய்யும் வேலையில் முன்னேற வேண்டும் என்ற வெறி அதிகமாக இருக்கும்.

ஆனால், ரஜினிகாந்த் அவர்கள், கண்டக்டர் வேலையை விடுவதாக முடிவுக்கு வந்த வேளையில் யாரும் அவரை உற்சாகப்படுத்தியிருக்க வாய்ப்பில்லை. "ஒரு நிரந்தர வருவாய் வருகிறது! அதை விட்டுவிட்டு ஏன் அனாவசியமாக ரிஸ்க் எடுக்கிறாய்? திரும்ப வருவது மாதிரி லீவ் போட்டுவிட்டுப் போயேன். முழுமையாக வேலையை விட்டுவிட்டால், பிறகு கஷ்டப்படுவாய் என்றுதான் புத்திமதிகள் சொல்லியிருப்பார்கள். ஆனால் அந்தப் பாதுகாப்பு வளையத்தை உதறிக்கொண்டு வந்ததால்தான் இன்று அவரால் ஜொலிக்க முடிந்தது என்பது எனது தாழ்மையான கருத்து!

இந்தக் கட்டுரையின் தலைப்புக்கான வசனத்தைத் தந்த வடிவேலு அவர்களும், மதுரையில் பிழைப்புக்காகச் சிறுசிறு வேலைகளைப் பார்த்துக்கொண்டிருந்தவர்தான். ஆனால் தன் லயிப்புக்காக அவர் எடுத்த ரிஸ்க்தான் இன்று என்னைப்போன்ற, மெத்தப்படித்ததாக நினைத்துக்கொண்டு தங்களைத் தாங்களே மெச்சிக்கொள்ளும் பயிற்சியாளர்களைக்கூட அவர் பக்கம் திருப்பியிருக்கிறது.

ஒரு மன்னன், பலம் வாய்ந்த தன் கப்பல் படையுடன் தன் நாட்டுக்கு அருகில் இருக்கும் ஒரு அற்புதமான தீவைக் கைப்பற்றச் சென்றான். அந்தத் தீவின் வீரர்கள் மிகவும் பலம் வாய்ந்தவர்கள். அவர்களுடன் ஓரிரு நாட்கள் போரிட்டுப் பார்த்துவிட்டு தத்தம் படகுகளைத் திருப்பிக்கொண்டு அந்த மன்னனின் வீரர்கள் கப்பலுக்கு ஓடிவருவதும், கப்பல் மீண்டும் நாட்டுக்குத் திரும்பி வருவதும் என்று அம்மன்னனின் தீவைக் கைப்பற்றும் முயற்சி நான்கு முறை தோல்வியில் முடிந்திருந்தது. என்ன செய்வதென்றே தெரியாத நிலையில், மன்னன் ஐந்தாவது முறையாகத் தன் கப்பல் படையுடன் சென்றான். வீரர்களை வழக்கம்போல் படகில் இறக்கி தீவுநோக்கிச் செல்ல ஆணையிட்டான். அவர்கள் படகில் சென்றுகொண்டிருக்கும்போதே கப்பலை நாட்டுக்குத் திரும்பிப்போகச் சொல்லிவிட்டான். தீவின் கரையை அடைந்தவுடன், தன் அனைத்து வீரர்களுக்கும் அடுத்து ஒரு கட்டளை இட்டான்.

"வீரர்களே! நீங்கள் இந்த முறை போரிட்டு வெற்றி கண்டு விடுவீர்கள் அல்லவா?"

"நிச்சயமாக மன்னா!" என்று வீரர்களும் வழக்கம்போல் கோஷமிட்டார்கள்.

"மகிழ்ச்சி! அப்படியானால், நாம் வந்த படகுகள் அனைத்தையும் இப்போதே தீயிட்டு எரியுங்கள்" என்று சொல்லி உடனடியாக வந்த அத்தனை படகுகளையும் தீயிட்டு எரித்துவிட்டான்.

இப்போது வீரர்களுக்குத் தப்பிச்செல்வதற்கு வழியே இல்லை. போரிட்டே ஆகவேண்டும். அவர்களும் அந்த பயத்துடனேயே போரிட்டார்கள். தீவையும் வெற்றி கண்டார்கள்.

நாம் அனைவருமே ஒரு வகையில் அவனைப்போன்ற மன்னர்கள்தான்! ஆனால் நம் படகுகளை நாம் எரிக்கத் தயாராக இருக்கிறோமா என்பதுதான் நமக்கு முன் உள்ள மிகப்பெரிய கேள்விக்குறி!

ஒவ்வொருவரும் ரிஸ்க் எடுப்பதை ரஸ்க் சாப்பிடுவதுபோல் அவ்வளவு எளிதாகச் செய்யமுடியாததற்குக் காரணம். அவர்கள் திரும்பச் செல்லப் படகுகள் இருந்ததுபோல் நமக்கு வசதியான ஒரு COMFORT ZONE இருப்பதுதான். அந்தப் பாதுகாப்பு வளையத்தை விட்டு நாம் வெளியில் வந்தால்தான் இன்னும் திறமையாகச் செயல்பட்டு, தனது லயிப்பில் ஒருவரால் வெற்றியடைய முடியும்.

ஒரு சிங்கம் மானை வேட்டையாடத் துரத்திக்கொண்டு போகிறது என்றால், அந்த இருவரில் யார் அதிகம் ரிஸ்க் எடுப்பார்கள் என்று யோசித்துப்பாருங்கள்.

சிங்கத்துக்கு அந்த நேரத்தில் அதன் பசி மட்டும்தான் அதற்குப் பிரச்னை. ஒரு எல்லைவரைதான் அதனால் தன் இரையைத் துரத்தமுடியும். ஆனால், அதற்காக மான் எங்கெல்லாம் ஓடுகிறதோ அங்கெல்லாம் துரத்திக்கொண்டே போகவேண்டும் என்ற அவசியம் அதற்கு இல்லை. இது தப்பினால் இன்னொன்று அகப்படாது போகாது.

ஆனால், மானுக்கு அது உயிர்ப் பிரச்னை. எவ்வளவு ரிஸ்க் எடுத்து வேகமாக ஓடுகிறதோ அந்த அளவு அது தப்பிப்பதற்கான வாய்ப்பும் அதிகரிக்கும். இதுதான் நமக்கும். யாருக்கு அதிகத் தேவைகளும், பிரச்னைகளும் இருக்கிறதோ அவர்கள்தான் அதிக ரிஸ்க் எடுப்பார்கள்.

இந்தச் சூட்சுமம் புரிந்தவர்கள், பிரச்னையே இல்லாமல், தாங்கள் பாதுகாப்பு எல்லைக்குள் இருந்தாலும், ரிஸ்க் எடுப்பார்கள்.

நாம் ஒரு வேலைக்காக, தொழிலுக்காக, வளமான வாழ்க்கைக்காக ரிஸ்க் எடுத்தால், அதை ஈடுபாட்டுடன் செய்வோம். அப்போது இந்த உலகம் நம்மைக் கண்டுகொள்ளாது. அப்படியே கண்டுகொண்டாலும்,

"என்ன இது வீணா முயற்சி செய்துகொண்டு" என்று கேலி பேசும். அதே உலகம் எடுத்த ரிஸ்கில் நாம் வெற்றி பெற்றுவிட்டால்,

சுரேகா 93

"என்ன ஒரு விடாமுயற்சி இந்த ஆளுக்கு" என்று பாராட்டும்.

ஆனால், அந்த ரிஸ்க் எடுக்கும் காலகட்டத்தைத்தான் ரஸ்க் சாப்பிடுவதுபோல் நாம் எடுத்துக்கொள்ள வேண்டும். ரஸ்க் ஒன்றும் அல்வா கிடையாது. முயற்சியே இல்லாமல் வழுக்கிக்கொண்டு உள்ளே போவதற்கு! கடித்தால் தூள் தூளாக அது பறக்கும். சுவையானதாக இருந்தாலும், கொஞ்சம் கடினமானதாக இருப்பதால், சில நேரங்களில் வாய்க்குள் எங்காவது கீறிவிடக்கூடிய சாத்தியங்கள் அதிகம். மேலும் பெரும்பான்மையானவர்களுக்கு ரஸ்க்கை சாப்பிடும்போது நாக்கைக் கடித்துக்கொண்ட அனுபவம் இருக்கும். அப்படி ஏதும் சிரமங்கள் இல்லாமல் அதை சாப்பிட்டுவிட்டால், சத்தான, நார்ச்சத்து நிறைந்த ஓர் உணவு நம் உடலுக்குக் கிடைத்துவிடும்.

நாம் பொதுவாக எந்தெந்தத் தருணங்களில் ரிஸ்க் எடுக்கத் தயங்கக் கூடாது என்பது பற்றி சிந்திப்போம்.

- **இந்தப் படிப்புதான் படிக்கவேண்டும் என்று முடிவெடுக்கும்போது எல்லார் சொல்வதையும் கேட்டுக்கொண்டு, ஆனால் நம் உள்மனது சொல்வதை மட்டும் வைத்து முடிவெடுக்கலாம்.**
- **வேலைக்குப் போவதா? மேற்படிப்புப் படிப்பதா என்று வரும்போது, நண்பர்கள் வேலைக்குப் போகிறார்களே என்று மனம் தடுமாறாமல், தன்னால் மேற்படிப்புப் படித்து இன்னும் சிறப்பாக முன்னேறமுடியும் என்ற நம்பிக்கை இருந்தால் ரிஸ்க் எடுக்கலாம்.**
- **படித்த படிப்புக்கும், பார்க்கும் வேலைக்கும் சம்பந்தமில்லாதபோது, படித்த படிப்புக்கு ஏற்ற வேலை கிடைத்தால் மட்டுமே அதில் சேர விரும்பினால் ரிஸ்க் எடுக்கலாம்.**

- ஒரு நல்ல வேலையில் இருக்கும்போது, சிறுவயது முதல் நீங்கள் கண்ட கனவை நிறைவேற்றிக்கொள்வதற்காக, அந்த வேலையை விடுவது என்ற முடிவுக்கு வந்து ரிஸ்க் எடுக்கலாம்.
- எந்த வேலையைச் செய்யும்போது, போரடிக்காமல், மிகவும் உற்சாகமாக, மகிழ்ச்சியாக உணர்கிறோமோ, அந்த வேலையைச் செய்வதற்காக ரிஸ்க் எடுக்கலாம்.
- நாம் செய்யும் செயலில் நமக்கு 100% நம்பிக்கை இருந்தால், என்ன ஆனாலும் பரவாயில்லை என்று அதில் முழுமையாக இறங்க ரிஸ்க் எடுக்கலாம். அதில் நஷ்டமே ஏற்பட்டாலும்கூட நாம்தான் அதற்குப் பொறுப்பு என்ற மனநிறைவும், ஒரு முக்கியமான பாடத்தைக் கற்றுக்கொண்ட மகிழ்ச்சியும் கிடைக்கும்.

எனக்குத் தெரிந்து மென்பொருள் துறையில் வேலைபார்த்துவிட்டு பிடித்த வேலையைச் செய்வதற்காகவே பத்திரிகைத் துறையில் சேர்ந்து வெற்றி கண்டவர்கள் பலர் இருக்கிறார்கள்.

தலைமைச் செயலகத்தில், அரசு அலுவலராக மாதாந்திரச் சம்பளம் வாங்கிக்கொண்டு நிம்மதியாக இருந்தவர்தான் அந்த வேலையை விட்டுவிட்டு ரிஸ்க் எடுத்துத் தனக்குப் பிடித்த வேலையான நாடகங்களை நடத்தி, திரைப்படங்கள் இயக்கி, இயக்குநர் சிகரம் பாலச்சந்தர் என்ற மாபெரும் இயக்குநராக உயர்ந்தார்.

சுகாதார அலுவலராக இருந்தவர்தான், தன் வேலையை விட்டு, ரிஸ்க் எடுத்து 16 வயதினிலே திரைப்படத்தை இயக்கி, இயக்குநர் இமயம் பாரதிராஜாவாக ஆனார்.

தன் படிப்பையே பாதியில் விட்டுவிட்டு, ரிஸ்க் எடுத்து கணிப்பொறித் தொழிலில் இறங்கியவர்தான் பில் கேட்ஸ்.

வக்கீல் தொழிலை விட்டுவிட்டு ரிஸ்க் எடுத்து, தன் நாட்டு மக்களின் சுதந்திரத்துக்காகப் போராடத் துணிந்தவர்கள்தான் அண்ணல் காந்தியடிகளும், நெல்சன் மண்டேலாவும்.

வெற்றி பெற்ற அனைவருக்குமே ஒரே ஃப்ளாஷ் பேக்தான்..!! கட்டாயம் அவர்கள் தங்கள் வாழ்வில் ரிஸ்க் எடுத்திருப்பார்கள்.

அடுத்த வாரத்துக்குள், உங்கள் வாழ்வில் என்ன மாதிரியான ரிஸ்க்கை எடுக்கலாம்? இதுவரை நினைத்துக்கொண்டிருந்துவிட்டு, எடுக்காமல் இருக்கும் ரிஸ்க் என்ன? இதுவரை எடுத்த ரிஸ்கின் நிலை என்ன? என்று ஒரு காகிதத்தில் எழுதிப்பாருங்கள்.

பொதுவாக ரிஸ்க் எடுப்பவர்களுக்கு இருக்கும் பெரிய ரிஸ்க்கான அச்சுறுத்தலே இந்த சமூகமும் குடும்பமும், அவர்களை மற்றவர்களோடு ஒப்பிட்டுப் பேசியே பின்னால் இழுக்க முயல்வதுதான்!

குறிப்பாகக் கணவன், தன் லயிப்பு உள்ள துறையில் பயணம் செய்ய நினைத்தால், அதற்கு முட்டுக்கட்டை போடாமல், மனைவி சமரசம் செய்துகொண்டு அவனுக்குத் தோள்கொடுத்தால், அதில் அடையும் வெற்றியை அனுபவிக்கும்போது, தன் முதல் நன்றியை மனைவிக்குத்தான் சொல்ல வேண்டும் என்று தோன்றும். அதேபோல் சாதிக்க நினைக்கும் மனைவிகளுக்கும் கணவர்கள் தோள்கொடுக்கலாம். ஏனெனில் மனித மனத்தின் மிக அற்புதமான விசை அதுதான். நாம் துன்பத்தில் இருக்கும்போது தோள்கொடுத்தவர்களை எந்த நாளும் நாம் மறக்கமாட்டோம். ஆனால், ரிஸ்க் எடுக்கும் காலகட்டம் மிகவும் வலியுள்ளதாகத்தான் இருக்கும். அதை ஏற்றுக்கொள்ளும் மனப்பக்குவம் நமக்கு இருந்தால் மட்டும் போதும்.

அந்த நேரத்தில் நீங்கள் நினைத்து உற்சாகப்படுத்திக் கொள்வதற்கு நல்ல ஒரு உதாரணம் இருக்கிறது. வண்ணத்துப்பூச்சி பார்ப்பதற்கு அழகாக, எல்லோரையும் கவரும் வண்ணம் ஆவதற்கு முன்னால் அது கூட்டுப்புழுப் பருவம் என்ற ரிஸ்கை எடுக்கும். அப்போது அதற்கு உணவு கிடைக்காது. அதனால் நகர முடியாது. அத்துடன் அசிங்கமான புழு போன்ற தோற்றத்துடன் இருக்கும். ஆனால் காத்திருந்து, இந்த வலிகள் பொறுத்த ஒரே காரணத்துக்காக இயற்கை அதற்குக் கொடுத்த பரிசுதான் பட்டாம்பூச்சி என்ற அழகான தோற்றம்! ஒவ்வொரு ரிஸ்க் எடுக்கும் நபரும் இதனை மனதில்கொண்டாலே அவருக்குத்தான் செய்யும் செயல் மேல் நம்பிக்கை பிறக்கும். வெற்றிக்காகக் காத்திருக்கத் தோன்றும். கடைசியில் வெற்றியும் அவர்கள் வசப்படும்.

அடுத்த வாரத்துக்கான இந்தக் கட்டுரையை அச்சிலேற்றுவதற்கு முன் கடைசியாகப் படித்துப்பார்த்தவுடன் 'இளங்காற்று' ஆசிரியர் கணேசமூர்த்தி மனதுக்குள் ஏராளமான எண்ணங்கள் தோன்றின.

இந்தப் பத்திரிகைத் தொழிலுக்குள் நுழைந்ததே தான் எடுத்த ரிஸ்க்தான். ஒரு கல்லூரியில் பேராசிரியராக வாழ்வைத்தொடங்கி, பத்திரிகைகளுக்குக் கட்டுரைகள் எழுதி, அது நண்பர்களிடையே நற்பெயரை வாங்கித்தர, இளைஞர்களின் வாழ்க்கையில் ஒரு மாற்றத்தைப் பத்திரிகைகளால் கொண்டுவரமுடியும் என்று நம்பி ஒரு சிறு பத்திரிகையைத் துவங்கி, அதில் கடுமையான தோல்வியைச் சந்தித்தபின் மீண்டும் கொஞ்ச காலம் கல்லூரிப் பணிக்குப் போய், பின்னர் மீண்டும் ஒரு சரியான திட்டமிடலுடன், தெளிவான தொலைநோக்குடன், தோள்கொடுக்கும் முதலீட்டாளர்களுடன் துவங்கப்பட்டதுதான் "இளங்காற்று!"

இந்தப் பத்தாண்டுகளில், முன்னேறத் துடிக்கும் இளைஞர்கள் விரும்பிப் படிக்கும் இதழாக இளங்காற்று மாறியிருக்கிறது. பெற்றோர்கள் தங்கள் பிள்ளைகளுக்கு நம்பி வாங்கிக்கொடுக்கக்கூடிய இதழாக தன்னை அது நிலை நிறுத்திக்கொண்டிருக்கிறது. எல்லா

வார இதழ்களும் திரைப்படத் துறையைச் சார்ந்த செய்திகளையும் நேரத்தை வீணடிக்கக்கூடிய பொழுது போக்குக்கான செய்திகளையும் மட்டுமே அதிக அளவில் வெளியிட்டுக் கொண்டிருக்கும்போது, இளைஞர்களைக் கவர்ந்த திரையுலகப் பிரபலங்களின் தன்னம்பிக்கை வார்த்தைகளையும், இதோ, வடிவேலு என்ற மாபெரும் நகைச்சுவைக் கலைஞரின் வசனங்களையே மேலாண்மைத் தத்துவங்களாகப் போதிக்கும் அளவுக்குத் தன்னை அது வளர்த்துக்கொண்டிருக்கிறது. ஊடகத் துறையில், சமூக அக்கறையுடன் செயல்பட்டதற்காக தேசிய அளவில் மூன்று முறை விருதுகளை வாங்கியிருக்கிறது. இன்று, இளங்காற்று ஆசிரியர் கணேசமூர்த்தி என்றால், மக்கள் மத்தியில் மிகப்பெரிய நற்பெயர் இருக்கிறது. இன்று அவரும் தமிழகத்தின் முக்கியப் பிரமுகர்களில் ஒருவராக வலம் வந்துகொண்டிருக்கிறார்.

ஆனால், இந்த வளர்ச்சியை எட்டுவதற்காகத் தான் பட்ட அவமானங்களையும், சந்தித்த பிரச்னைகளையும் நினைத்துப்பார்த்தார். வேலையை விட்டுவிட்டு, பத்திரிகை துவங்குவதற்காகத் தான் எடுத்த ரிஸ்க்தான் அத்தனைக்கும் காரணம் என்பதை உணர்ந்தார். அதுவும் இந்தக் கட்டுரையில் சொல்லியிருப்பதைப்போல், பிழைப்புக்கும், லயிப்புக்கும் உள்ள வித்தியாசம்தான் வெற்றியடைந்ததில் மறைந்துள்ள இரகசியம். பிழைப்புக்காக என்று நினைத்திருந்தால், கல்லூரிப் பேராசிரியராகவே தான் காலம் தள்ளியிருக்கலாம். லயிப்புக்காக ரிஸ்க் எடுத்துத் துவங்கியதால்தான் இன்று தமிழகப் பிரபலங்கள் அனைவருக்கும் தெரிந்தவராக மாறியிருக்கிறோம்.

வடிவேலு சொன்ன அந்த வசனம் தன்னை எப்படியெல்லாம் எதைப்பற்றியெல்லாம் சிந்திக்க வைத்திருக்கிறது என்று நினைத்துக்கொண்டே கட்டுரையை அச்சுக்கு அனுப்பினார்.

சண்டைல கிழியாத சட்டை எங்க இருக்கு?

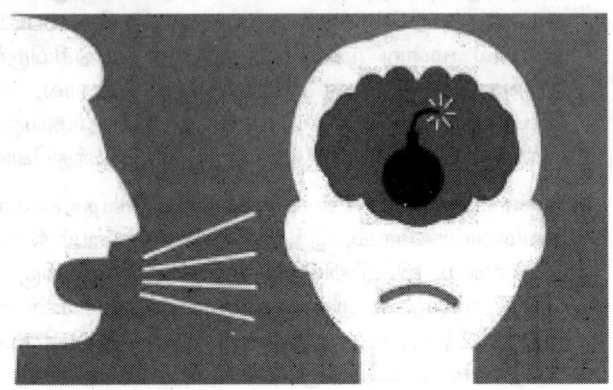

அமுதனுக்கு மகிழ்ச்சியாக இருந்தது. அவரது நண்பர்களும், உறவினர்களும், வாடிக்கையாளர்களான நிறுவன முதலாளிகள், அதிகாரிகள், ஊழியர்கள் போன்றோரும் வாராவாரம் இளங்காற்று படித்துவிட்டு, தொலைபேசி மூலமும், மின்னஞ்சல் மூலமும் பாராட்டினார்கள்.

அப்போது ஒரு வாடிக்கையாளர் - ஒரு நிறுவன முதலாளி அழைத்து, சார்! இதில் எல்லா விஷயத்தையுமே அடக்கிட்டீங்க! ஆனா, நீங்க இன்னும் தொடாத ஒரு மேட்டர் இருக்கு. அது என்னன்னா - ஒரு முதலாளியா எனக்கு வரக்கூடிய கோபத்தைப் பற்றியது. அந்தக் கோபத்தை எப்படிக் கையாள்றதுன்னு எனக்குத் தெரியலை! இதுக்கு வடிவேலு ஏதாவது டயலாக் சொல்லியிருக்காரா சார்!? என்று கேட்டார்.

12

ஓ சொல்லியிருக்காரே! "என்னைவிடப் பெரிய கோவக்காரனா இருப்பாம்போல இருக்கே?ன்னு" போக்கிரியில் சொல்லியிருப்பார். ஆனால், அவரோட இன்னொரு வசனம் அதுக்கு மிகவும் நெருக்கமா இருக்கும். அதை அடுத்தடுத்த வாரங்களில் நீங்க படிக்கலாம். கருத்துக்கு நன்றி! என்று ஃபோனை வைத்தார்.

அந்த நேரத்தில், பூஜா, அடுத்த வாரத்துக்கான கட்டுரையை அவரது ஒப்புதலுக்காகவும், திருத்தங்களுக்காகவும் மின்னஞ்சலில் அனுப்பிவைத்திருந்தாள்.

அமுதன் அதைப் படிக்க ஆரம்பித்தார்.

சண்டைல கிழியாத சட்டை எங்க இருக்கு?

சாதாரணமாகச் சொல்லப்பட்ட இந்த வசனத்தின் பின்னணியில் ஒரு நல்ல தத்துவம் அடங்கியிருக்கிறது.மேலாண்மையில் நாம் பார்க்கவேண்டிய இன்னொரு அம்சம் இதுதான்.

"கோபத்தோடு எழுந்தால் நஷ்டத்தோடுதான் அமர்வோம்"

பல்வேறு பிஸினஸ் சாம்ராஜ்யங்களை வீழ்த்தியதில் இந்தக் கோபத்துக்கு முக்கியப்பங்கு இருக்கிறது. தனி மனிதனின் கோபம் என்பது நிறுவனத்துக்குள் ஊடுருவும்போது, அது மிகப்பெரிய பாதிப்புகளை ஏற்படுத்திவிடும்.

கோபத்தால் ஏற்படும் சண்டையில் நேரடியாகச் சட்டைதான் கிழியவேண்டும் என்று இல்லை. இதில் நம் மனதைக்கூட சட்டையைப்போல் நினைத்துக்கொள்ளலாம்.எல்லாச் சண்டைகளிலும் மனம் கிழியாது இருப்பதே இல்லை.

ஆக, கோபம் என்பது மிகவும் கவனமாகக் கையாளப்படவேண்டிய ஒரு குணாதிசயம். அதன் எல்லை எது என்பதைத் தெளிவாக அறிந்து வைத்திருந்தால், தப்பித்தோம். இல்லையென்றால் அது நம்மை ஆக்கிரமித்துச் சூறையாடி விடுவதற்கான வாய்ப்புகள்தான் அதிகம்.

ஒவ்வொரு நிறுவனத்திற்கும் என்று ஒரு பிரத்தியேகக் குணாதிசயம் உண்டு. அது அந்த நிறுவனத்தலைவர் வகுத்துவைத்திருக்கும் சட்டதிட்டங்களைப் பொறுத்தும் அவர்கள் வாடிக்கையாளர்களைக் கையாளும் முறையைப் பொறுத்தும் வெளிப்படும்.

ஆனால் ஒரு நிறுவனத்தின் கடைநிலை ஊழியர் காட்டும் கோபம் கூட அந்த நிறுவனத்திற்கு ஒரு மிகப் பெரிய அவப்பெயரை ஏற்படுத்திவிடுவதற்கான வாய்ப்புகள் அதிகம். இப்போது பல்வேறு நிறுவனங்கள் வாடிக்கையாளர் சேவை மையம் வைத்து அதில் தங்கள் வாடிக்கையாளர்களின் சந்தேகங்களுக்குப் பதில் சொல்ல ஊழியர்களை நியமித்திருக்கிறார்கள். அவர்களுக்கு முதலில் அங்கு கொடுக்கப்படும் பயிற்சியே, வாடிக்கையாளர் என்னதான் பேசினாலும் கோபப்படாமல் பதில் சொல்லவேண்டும் என்பதுதான். ஆனாலும் சில வாடிக்கையாளர்கள் தங்களைப் பொறுமை இழக்கச் செய்கிறவகையில் பேசும்போது அந்த சேவை ஊழியர்கள் அவர்களுக்குக் கொஞ்சம் காட்டமாக, அவமரியாதையாகப் பதில் சொல்லும்போது அதைப் பதிவு செய்து வைத்துக்கொண்டு, அந்த நிறுவனத்தின் மேல் வழக்குத் தொடுத்து, நஷ்ட ஈடும் பெற்றிருக்கிறார்கள். இதிலுள்ள முக்கியமான

விபரம் என்னவென்றால், அந்த நிறுவனமும் அந்த உரையாடலைப் பதிவு செய்திருக்கும்.

இவை சின்ன அளவில் நடக்கும் பிரச்னைகள். ஆனால், பெரிய அளவில் நிறுவன உயரதிகாரி ஒருவர் தங்கள் ஊழியர்களிடம் தன் கோபத்தைக் காட்டினால், மிகப்பெரிய நஷ்டத்தை வெளித்தெரியாமல் செய்துவிட்டு, அந்த ஊழியர்கள் பாட்டுக்கும் சென்றுகொண்டே இருப்பார்கள்.

அதுவும் உணவகத் தொழிலில் இது அதிகமாக நடக்கும். முதலாளி கோபக்காரராக இருந்து நடந்த ஏதாவது ஒரு தவறுக்காக கொஞ்சம் அதீதமாக, வாடிக்கையாளர் முன்னிலையில் தன்னைத் திட்டிவிட்டால், அந்த சமையல்காரர் செய்யும் முதல் வேலை, வாங்கி வைத்திருந்த விலை அதிகமுள்ள உணவுப் பொருட்களை நெருப்பில் போடுவதுதான். கொஞ்சம் தொழில்நுட்பம் அதிகமாகப் பயன்படுத்தப்படும் ஹோட்டல்களில் நேரடியாக முந்திரிப்பருப்பைக் குப்பையில் கொட்டி, தங்கள் கோபத்தைப் பழி தீர்த்துக்கொள்வார்கள்.

இதில் இரு தரப்பினருமே சிந்திக்கவேண்டிய விபரங்கள் நிறைய இருக்கின்றன.

நிர்வாகிகள், ஊழியர்களின் தவறுகளைச் சுட்டிக்காட்ட விரும்பினால், அதை அவர்களைத் தனியே அழைத்துச் சொல்ல வேண்டும். அப்போதும் கடுமையான வார்த்தைகளைப் பயன்படுத்திவிடக்கூடாது. (இதனை மேலாண்மை வல்லுநர்கள் ஆண்டுக்கணக்கில் சொல்லிவருகிறார்கள்)

ஊழியர்களை, நிர்வாகிகள் கொஞ்சம் அதிகமாகக் கடிந்துகொண்டால், அவர்கள் அந்தக் கோபத்தைத் தமக்கு அடுத்த

நிலை ஊழியர்களிடத்தில் உடனடியாகக் காட்டிவிடக் கூடாது. தனக்கு ஏற்படும் கோபத்தைக் கொஞ்சம் ஆறப்போட்டால் போதும்.

அதேபோல், தன் மேல் காட்டப்பட்ட கோபத்தைத் திருப்பிக்கொடுக்க நேரம் பார்த்துக் காத்திருக்கக் கூடாது. அது இரண்டு மடங்காக நமக்கே பாதிப்பை ஏற்படுத்துவதற்கான அபாயம் அதிகம்.

முகச்சுளிப்பும், மறுப்பும்தான் கோபத்தின் ஆரம்பப்புள்ளி. நாம் சொல்வதைக்கேட்டு யாராவது முகம்சுளித்தாலோ, நாம் சொல்வதை யாராவது மறுத்தாலோ அதனை அமைதியாக ஏற்றுக்கொண்டால் நாம் நிம்மதியாக இருக்கலாம். ஆனால் அவரைத் தட்டிக்கேட்கிறேன் என்று அவரைவிட அதிக அளவுக்கு முகச்சுளிப்பை நாம் காட்டினால், ஏதாவது ஒரு வகையில் நமக்கு நஷ்டம் ஏற்படுவது நிச்சயம்.

எதிர்பார்ப்பு பொய்க்கும்போதுதான் கோபமானது வருகிறது. நிர்வாகம் நாம் எதிர்பார்த்த சலுகையைச் செய்யவில்லையென்றால் நமக்குக் கோபம் வரும். ஆனால், அவர்கள் எதிர்பார்த்ததை நாம் செய்திருக்கிறோமா என்று நிதானமாக நாம் யோசித்துப் பார்த்தால் நமது முக்கால்வாசி கோபம் கரைந்து போய்விடும்.

நம்முடன் அடுத்த ஊழியரை ஒப்பிட்டுப் பேசினால் நமக்குக் கோபம் வரும். அவர்களை நம் மறைமுக எதிரியாகப் பார்ப்போம். ஆனால், அதே நபரை நம் நெருங்கிய நட்பாக மாற்றிக்கொண்டுவிட்டால், கவலையில்லாமல் இருக்கலாம். ஏனெனில் அந்தமாதிரி சமயங்களில் அவரைப் பாராட்டும்போதோ, நம்முடன் ஒப்பிடும்போதோ நமக்குக் கோபம் வராது. நண்பனைத்தானே சொன்னார் என்று பேசாமல் போய்விடுவோம். ஆனால் அதே சமயம் நம் தவறுகளையும் திருத்திக்கொள்ளவேண்டியது முக்கியம்.

நாம் எவ்வளவு தரமானவராக இருந்தாலும், ஒரு இக்கட்டான சூழலில் எப்படி நடந்துகொள்கிறோம் என்பதுதான் முக்கியமாகக் கவனிக்கப்படும். அந்த வேளையில் நாம் காட்டும் ஒவ்வோர் எதிர்வினையும் மிகவும் உன்னிப்பாகப் பார்க்கப்படும். ஒரே வார்த்தையில் நாம் விமர்சிக்கப்படுவோம். “அவர் நல்லவர்தான்.. ஆனால் ரொம்பக் கோவக்காரர்.”

ஒரு மன்னனிடம் பல ஆண்டுகளாக ஒரு ஆள் தச்சனாக வேலை பார்த்தான். அவனுக்கு அரசன் தலைமைத் தச்சன் என்ற பதவியைக் கொடுத்து அவனை மரியாதையாக நடத்திவந்தான். ஆனால், தச்சனின் மனைவிக்கு, கணவருக்குக் கிடைக்கும் கௌரவம் அவ்வளவு பெரிதாகத் தெரியவில்லை. மன்னர், பணம் ஒன்றும் தங்களுக்குப் பெரிதாகத் தரவில்லையே என்ற அவளுடைய ஆதங்கம் ஒரு காலகட்டத்துக்குப் பிறகு மிகப் பெரும் கோபமாக அவன் மனதில் உருக்கொண்டுவிட்டது.

இதற்கு இன்னொரு காரணம், அவளது தோழியின் கணவரும் தச்சர்தான். ஆனால் அவர், சொந்தமாகத் தொழில் செய்பவர். அதனால் அவர்கள் பணக்காரர்களாக வலம் வந்தார்கள்.

“ராஜ விசுவாசியாக இருந்து நீங்கள் என்னத்தைக் கண்டீர்கள்? மன்னர் நமக்கு ஒன்றும் செய்யாமல் வாயால் வடை சுடுகிறார்! அவரை விட்டு வெளியில் வாருங்கள். தனியாகத் தொழில் செய்யுங்கள்” என்கிற ரீதியில் மனைவி ஏற்றிவிட அவரும் மன்னன் முன்னால் போய்த் தன் முடிவைச் சொன்னார்.

மன்னனும் சிறிது யோசித்து விட்டு, “ம்..திடீரென்று சொல்கிறீர்களே. பரவாயில்லை. கடைசியாக ஒரே ஒரு வேலையைப் பார்த்துக் கொடுத்துவிட்டுப் போய்விடுங்கள். அரண்மனைக்கருகிலேயே ஏரிக்கரை ஓரமாக ஒரு பெரிய மாளிகை ஒன்றைக் கட்ட வேண்டும். அதை மட்டும் முடித்துக் கொடுத்துவிட்டு நீங்கள் விலகிக்கொள்ளலாம் என்றார்.

தச்சரால் அதை மறுக்கமுடியவில்லை. வீட்டுக்கு வந்து மனைவியிடம் விபரம் சொன்னார். மனைவியும் ‘ரொம்பவும் நல்லதாகப் போய்விட்டது. இந்தப் பங்களாவை எப்பவும்போல் நேர்மையாகக் கட்டாதீர்கள். முடிந்தவரை அனைத்துப் பொருட்களிலும் காசு அடியுங்கள். பார்த்துக்கொள்ளலாம்’ என்றாள். இவருக்கும் இப்போது மன்னர் மேல் வெறுப்பாகிவிட்டது. வேலையை விட்டுப்போகிறேன் என்று சொல்கிறேன். இவ்வளவு நாள் வேலைபார்த்ததற்கு இந்தா என்று ஒரு தட்டு நிறையக் காசைத் தராமல், இன்னொரு வீட்டைக் கட்டிக்கொடு என்று வேலை வாங்குவதிலேயே குறியாய் இருக்கிறாரே மன்னர்? இந்த முறை நம் வேலையைக்காட்டிவிட வேண்டியதுதான் என்று கோபத்துடன் களத்தில் இறங்கினார்.

அக்கறையில்லாமல், நேர்த்தியில்லாமல், தரமும் இல்லாமல் அந்த மாளிகை தயாரானது. மன்னரின் கஜானாவிலிருந்து காசை எடுத்து அதற்காக விரயம் செய்தார். அதிலிருந்து சுருட்டிய வகையில் தச்சருக்கு கணிசமான பணம் சேர்ந்தது. நாம்தான் போகப்போகிறோமே என்று மாளிகை இரண்டு ஆண்டுகளுக்குக் கூட நிலைக்காத வகையில் உறுதியற்றதாகக் கட்டினார்.

மாளிகையை மன்னரிடம் ஒப்படைக்கும் நாளன்று மன்னர் வந்து முழுமையாக மாளிகையைச் சுற்றிப்பார்த்தார். பிறகு தச்சர் மாளிகையைப் பூட்டி, சாவியை மன்னர் கையில் கொடுத்தார்.

அதை வாங்கிய மன்னர்...

நீங்கள் பல ஆண்டுகளாக அரசாங்கத்துக்கு விசுவாசமாக, தலைமைத் தச்சராகச் சிறப்பாகச் செயல்பட்டுள்ளீர்கள். அதற்குப் பிரதிபலனாக, உங்களுக்குப் பரிசளிக்கத்தான் இந்த மாளிகையைக் கட்டச்சொன்னேன். இந்தச் சாவியைப் பெற்றுக்கொள்ளுங்கள்! என்று சொல்லி அந்தச் சாவியை தச்சர் கையில் கொடுத்துவிட்டுக் கிளம்பிப் போய்விட்டார்.

தச்சருக்குத் தலை சுற்றியது.

இதுதான் நிர்வாகத்தின் மீது ஏற்படும் கோபத்தினால் ஏற்படும் விளைவு. ஒவ்வொரு முறையும் நிர்வாகத்தின் மீது கோபம் ஏற்பட்டு அதற்கு நஷ்டம் விளைவிக்க நினைக்கும்போது இந்தக் கதையை நினைத்துக்கொள்ள வேண்டும்.

இந்த வசனத்தில், சண்டை என்ற வார்த்தையையும் நாம் கருத்தில் எடுத்துக்கொள்ளவேண்டும்.

ஒரு சிறு கருத்து மோதல், வாய்த் தகராறாக மாறி, பின்னர் ஒருவரை ஒருவர் மோசமாகத் திட்டிக்கொள்ளும் அளவுக்கும் போய்விட்டால், அடுத்து யாராவது ஒருவர் கை ஓங்கிவிடுவார். அந்த நிலை வந்துவிட்டால் போதும். அதுதான் Burning Point. பிறகு அந்தக் கைகலப்பு எங்கே போய் முடியும் என்று யாராலும் கணிக்க முடியாது. ஆனால், சம்பந்தப்பட்டவர்களுக்கு மரியாதை இழப்பு, உடலில் ஏதாவது காயம் ஏற்பட்டிருந்தால் ஆரோக்கிய இழப்பு, அதற்கு சிகிச்சை செய்யப் பண இழப்பு, அதுவரை பழகிக்கொண்டிருந்த அந்த மனிதனின் இழப்பு என்று ஒரு சிறு கோபம் இவ்வளவு இழப்புகளைக் கொண்டுவரும். குறிப்பாகச் சட்டை கிழிவதைத் தவிர்க்கவே முடியாது. ஏனெனில் வடிவேலு சொல்லியிருப்பதைப்போல், இன்னும் சண்டையில் கிழியாத சட்டை கண்டுபிடிக்கப்படவில்லை.

இதைத்தான் வள்ளுவரும்,

"சினம் என்னும் சேர்ந்தாரைக் கொல்லி" என்று கடுமையாகச் சொல்லுகிறார்.

கோபம் வரும்போது, நாம் எல்லா இடத்திலும் கடைப்பிடிக்க வேண்டிய நம்மை நாமே கேட்டுக்கொள்ளவேண்டிய ஒற்றைக் கேள்வி

ஒன்றிருக்கிறது. அதனை விழிப்புணர்வுடன் நாம் கேட்டுக்கொண்டாலே போதும். கோபத்திலிருந்து தப்பித்துக்கொள்ளலாம்.

அந்தக் கேள்வி இதுதான் :

நாம் REACT செய்யப்போகிறோமா? அல்லது RESPOND செய்யப்போகிறோமா?

இதனைத் தமிழில் சொல்வதாக இருந்தால், பதிலடியா ? அல்லது பதிலளியா? என்று வைத்துக்கொள்ளலாம்.

நமக்குக் கோபம் வரும் எல்லாச் சந்தர்ப்பங்களிலும் அதைக்காட்டும் வகையில் ஆக்ரோஷமாக எதிராளிக்குப் பதிலடி கொடுக்கப்போகிறோமா? அதற்கு ஆரோக்கியமாகப் பதிலளிக்கப்போகிறோமா என்பதில்தான் பிறரிடத்தில் நம்மைப்பற்றிய அபிப்பிராயமே உருவாகும்.

சாலையில் திடீரென்று குறுக்கே வரும் ஒரு கிழவர்.

சாலையின் குறுக்கே அவர் வந்ததால், அவரைக் காப்பாற்ற நாம் பிரேக் போட்டால், அதைப் புரிந்துகொள்ளாமல் நிதானமாக நடந்துகொண்டே நம்மைத் திட்டும் வயதான பெண்மணி!

சிக்னலில் நாம் நிறுத்தியபிறகும், அது தெரியாமல் பின்னால் வந்து லேசாக மோதிவிட்டு சிரிக்கும் இளைஞன்,

ஸ்கூட்டியில், துணைச்சாலையிலிருந்து பிரதான சாலையில் திடுதிப்பென்று பிரவேசிக்கும் அழகான இளம்பெண்,

பஸ்ஸில் நம் காலை மிதித்துக்கொண்டிருக்கும் ஒரு பொடியன்,

பஸ்ஸில் நம்மை இடித்துக்கொண்டே வரும் கடா மீசை வைத்த ஒரு ஆள்,

ஓய்வாக இருக்கும்போது வரும் ராங் காலில் பேசி கடுப்பேத்துகிற ஒரு ஆள்,

முக்கிய வேலையில் இருக்கும்போது ராங் காலில் வந்து பேசும் ஒரு பெண்,

நிறுவனத்தில் எப்போது பார்த்தாலும் சிடுசிடுவென்றிருக்கும் பியூன்,

எப்போதும் கடு கடுவென்றிருக்கும் மேலாளர்,

தூரத்தில் இருக்கும் பேராசிரியரை நினைத்து கோபத்தில் துப்பும் மாணவன்,

படக்கென்று கெட்டவார்த்தை பேசிவிடும் நண்பர்,

எடுத்ததெற்கெல்லாம் கோபமாகப் பேசும் துணைவியார்,

கேட்டது கிடைக்காததால் டிவி ரிமோட்டை உடைக்கும் மகன்.

இவர்களையெல்லாம் நாம் எப்படிக் கையாளுவோம்? யோசித்துப்பார்த்தால், விடை கிடைக்கும்.

மேலும் இதில் யாராக நீங்கள் இருக்கிறீர்கள் என்றும் பாருங்கள்!

யாருமாக இல்லையென்றால், இவர்கள் எல்லோருடனும்தான் நாம் வாழ்ந்துகொண்டிருக்கிறோம் என்பதை உணர வேண்டும்.

மேலும், இதில் சொல்லப்பட்டுள்ள நிறையச் செயல்களை நமக்குப் பிடிப்பதில்லை. ஆனால் இவற்றில் சிலவற்றை நாமே பிறருக்குச் செய்திருப்போம்.

அப்படியானால் மனதளவில் நாம் சண்டை போட்டு அவர்கள் சட்டையைக் கிழித்திருந்தால்கூடப் பரவாயில்லை. அவர்கள் மனதைக் கிழித்திருக்கிறோம்.

இனியாவது வார்த்தைகளை வெளிப்படுத்தும் முன் பதிலளிக்கப்போகிறோமா? பதிலடிக்கப் போகிறோமா என்று யோசித்துப் பதிலளித்தால் சட்டைகளும் கிழியாது. மனங்களும் கிழியாது.

எல்லோரிடத்திலும் தெளிவாகப்பேசி, தன் நிலையைத் தன்மையாக எடுத்துரைத்து, சண்டைகளைத் தவிர்ப்பவர்களுக்குச் சட்டையும் மிச்சம். வெற்றியும் நிச்சயம்!

படித்து முடித்து, எல்லாம் சரியாக இருப்பதாகப் பூஜாவுக்கு மின்னஞ்சல் அனுப்பிவிட்டு, முன்னர் கூப்பிட்ட அந்த நிறுவன முதலாளியை அழைத்து நீங்கள் கேட்டதற்கான பதில் அடுத்த வாரமே கிடைக்கப்போகுது சார்! என்று சொன்னார்.

அப்போ, அதுக்கு அடுத்த வாரம் என்ன சார் வசனம் ? என்று அவர் கேட்க,

அமுதன் தனக்குக் கோபம் வராததுபோல் நடித்தார்.

அதை புத்தகம் வெளிவரும் அன்று சொல்றேனே? என்று சிரித்துக்கொண்டே தொலைபேசியை வைத்தார்.

பில்டிங் ஸ்ட்ராங்கு!
பேஸ்மெண்ட் கொஞ்சம் வீக்கு!

அடுத்த அத்தியாயத்தைப் பூஜாவும், சிவாவும் எழுதத் துவங்கும் முன், அமுதன் அழைத்தார்.

"விளையாட்டுப்போல 12 வாரங்கள் முடிஞ்சிடுச்சு! இந்த அத்தியாயத்தை மட்டும் நானே எழுதிடவா? என்றார்.

"சார்! இது என்ன கேள்வி? உங்களுக்கு நேரமில்லைன்னுதான் நாங்க எழுதினோம். நீங்களே எழுதுங்க" என்றார்கள்.

அவரும் தான் ஏற்கனவே எழுதிவைத்திருந்ததை எடுத்து அவர்களிடம் நீட்டினார்.

பில்டிங் ஸ்ட்ராங்கு! பேஸ்மெண்ட் கொஞ்சம் வீக்கு!

ஒரு இக்கட்டான தருணத்தில், தன் நிலையைப்பற்றி மிகவும் அழுத்தமாக வடிவேலு அவர்கள் சொல்லும் இந்த வசனத்துக்குப்பின்னால், ஆழமான அர்த்தம் பொதிந்திருப்பதை உணரமுடியும்.

13

பொதுவாக, இந்த வசனத்தை நேரடியாக எடுத்துக்கொண்டால், ஒரு கட்டிடம் வலுவாகக் கட்டப்பட்டிருக்கிறது. ஆனால் அதன் அஸ்திவாரம் பலவீனமாக இருக்கிறது என்று அர்த்தப்படும். ஒவ்வொரு கட்டிடத்துக்கும் அஸ்திவாரம்தான் பலமாக இருக்கவேண்டும். அதை விட்டுவிட்டு கட்டிடத்தின் மீது எவ்வளவு கவனம் செலுத்தி அதைப் பலமாகக் கட்டினாலும், அதன் வீழ்ச்சியை யாராலும் தடுக்கமுடியாது.

இதைத்தான் நம் வாழ்க்கைக்கும் பாடமாக எடுத்துக்கொள்ள வேண்டும்.

"உடல் உறுதியாக இருந்தாலும், மன உறுதியில்லாவிட்டால் பயனில்லை."

இந்த வசனம் சொல்லப்படும் காட்சியையே எடுத்துக்கொள்வோம். வடிவேலு, தான் ஒரு ரௌடி என்று அந்த ஏரியாவில் நிரூபிக்கும் நோக்கத்துடன், "நானும் ரௌடிதான், ஜெயிலுக்குப் போறேன், ஜெயிலுக்குப் போறேன்'', என்றெல்லாம் சொல்லிவிட்டு, வலுக்கட்டாயமாக ஜீப்பில் ஏறி காவல் நிலையம் வந்துவிடுவார். அங்கு போலீஸ் அதிகாரியாக இருக்கும் பிரகாஷ் ராஜின் கடுமையான போக்கைப் பார்த்துவிட்டு, இவருக்குப் பயம் வந்துவிடும். அப்போது முகத்தை மிகவும் கடுமையாக அவர் வைத்துக்கொண்டிருந்தாலும், அவரது கால்கள் நடுங்கும். அதைப்பற்றிக் கேட்கும்போதுதான் இந்த வசனம் வரும்.

ஆக, தான் உறுதியாக இருப்பதாக நடித்துக்கொண்டிருந்தாலும், ஒரு சூழலில் அவரது உறுதியின்மை வெளிப்பட்டுவிடும் என்பதும் உண்மை!

இந்த வசனம் நம்மைப் பிரதிபலிப்பதாக அமைந்திருப்பதால்தான் அது மிகப்பெரிய வரவேற்பைப் பெற்றிருக்கிறது. வேலையில், சமூகத்தில், குடும்பத்தில் பல சந்தர்ப்பங்களில் நம்முடைய மன உறுதி இப்படிச் சோதனைக்குள்ளாகி இருக்கும்.

இதை நிறுவன நிர்வாகத்தில் மற்றும் வேலையில் பொருத்திப் பார்த்தால் எந்தப் பதவியில் இருந்தாலும், மன உறுதி கொண்டவர்கள்தான் பிரச்னைகளை எதிர்கொள்ளும்போது துணிவுடன் முடிவெடுக்கிறார்கள். அதனால் அவர்கள் விரைவில் தலைவராக ஆகிவிடுகிறார்கள்.

ஒரு நிறுவனத்தில் மன உறுதி எங்கெங்கெல்லாம் தேவைப்படுகிறது என்று பார்க்கலாம்.

ஒருவர் உயரதிகாரியாக இருப்பார். ஆனால், அவர் எல்லாக் கீழதிகாரிகளுக்கும் பயப்படுவார். எல்லோர் சொல்வதற்கும் செவி சாய்க்கவேண்டும் என்று நினைப்பார். அவர் தன் பதவியின் உண்மையான அதிகாரங்களைக் கூடப் பயன்படுத்தாமல் விட்டுவிடுவார். உறுதியான முடிவுகளை எடுப்பதற்குத் தயங்குவார்.

அவரது மேலதிகாரிகளும் இந்தக் குணத்தைத் தங்களுக்குச் சாதகமாகப் பயன்படுத்திக்கொண்டு அவரை வேலை வாங்குவார்கள்.

அவரும் உள்ளத்தில் புழுங்கிக்கொண்டு, தன் உரிமையைக்கூடக் கேட்காமல் வேலை பார்த்துக்கொண்டிருப்பார். இந்தக் குணம் மிகவும் ஆபத்தானது.

அதேபோல்தான் ஊழியர்களிலும், மன உறுதி இல்லாதவர்களால், ஒரு சிறு விமர்சனத்தைக் கூடத் தாங்கமுடியாது. அதனால்தான் வேலையில் இன்னும் அதிகத் தவறு செய்வது அல்லது வேலையையே விடுவது என்ற முடிவை எடுப்பார்கள்.

"வாழ்க்கையே போர்க்களம், வாழ்ந்துதான் பார்க்கணும்!
போர்க்களம் மாறலாம் .. போர்கள்தான் மாறுமா?"

என்ற வைரமுத்துவின் கவிதை மன உறுதியின் தேவையை மிகவும் எளிமையாகச் சொல்லிவிடும்.

இன்றைய இளைஞர்களில் பலர், தங்கள் உடலைக் கட்டுறுதியுடன் வைத்திருக்கப் பல்வேறு முயற்சிகளை எடுத்துக்கொள்கிறார்கள். ஆனால், மன உறுதியுடன் இருக்கிறார்களா என்பது சந்தேகம்தான். ஏனெனில் பல்வேறு நிறுவனங்களில் புதிதாக வேலைக்குச் சேரும் இளைஞர்கள், அந்த நிறுவனங்களில் கொடுக்கப்படும் வேலை அழுத்தத்தைத் தாக்குப்பிடிக்க முடியாமல், வேலையை விடுகிறார்கள் அல்லது தற்கொலை வரை செல்கிறார்கள்.

எனக்குத் தெரிந்த ஒரு இளம் பொறியாளன் கல்லூரி காலத்தில் நன்கு படித்தான். அவன் பல்கலைக்கழக அளவில் அதிக மதிப்பெண்களுடன் தேர்ச்சி பெற்று, ஒரு பெரிய நிறுவனத்தில் வேலைக்குச் சேர்ந்தான். அங்கு அவனது மேலதிகாரி ஒரு

பெண்மணியாக இருந்தார். அவர் வேலையில் மிகுந்த கண்டிப்பானவராக இருந்ததாலும், அவரது அணுகுமுறை கொஞ்சம் கடுமையாக இருந்ததாலும் இவனால் தாக்குப்பிடிக்கமுடியவில்லை. அதனால் மன வருத்தத்துடனேயே இருந்தான். ஒருநாள், வேலையில் ஏற்பட்ட தவறுக்காக, அவர், ஊழியர்கள் முன்னிலையில் இவனைத் திட்டியதால் மனம் உடைந்த இவன், அறையில் தூக்கு மாட்டிக்கொண்டு இறந்து போனான்.

இப்போது நாம் சந்தித்துக்கொண்டிருக்கும் முக்கியப் பிரச்னை இதுதான்! நன்கு படித்தது, மதிப்பெண்கள் வாங்கியது எல்லாமே சரியாக இருந்தும், பிரச்னையை எதிர்கொள்ளும் மன உறுதி இல்லாத ஒரே காரணத்துக்காக அந்த இளைஞனின் வாழ்வே போய்விட்டது. அதனால் அவனை வளர்த்த பெற்றோரின் கனவுகளும் சிதைந்துவிட்டது.

நிறுவன நிர்வாகிகளும் சரி, ஊழியர்களும் சரி! மன உறுதியுடன் செயல்பட்டால்தான் முன்னேற முடியும் என்பதை உணரவேண்டும். அப்படிச் செயல்படவேண்டி அவசியமுள்ள பல்வேறு சந்தர்ப்பங்கள் நம் வாழ்வில் பல வரும்.

- **தன்னைப்பற்றி மிகவும் உயர்வாக நினைத்துக்கொள்வது ஆபத்தானது. ஏனெனில், யாராவது ஒருவர் நம்மைக் கொஞ்சம் மரியாதைக் குறைவாக நடத்தினாலும், தாங்கிக்கொள்ள முடியாமல் சுருண்டுவிடுவோம்.**
- **நம்மை உயர்வாக நினைத்துக்கொள்வதை உண்மையிலேயே நாம் நம்பினால், அந்த நிகழ்வைப் புறந்தள்ளிவிட்டுச் செல்ல முயற்சிக்கலாம்.**
- **தன்னைப்பற்றி மிகவும் குறைவாக நினைத்துக்கொள்வதும் ஆபத்தானது. அதுவும் ஒரு நிர்வாகத்தில் இருக்கும்போது தன்னைப்பற்றிய ஒருவரது குறைவான மதிப்பீடு, அவருக்கு எந்த ஒரு வாய்ப்பையும் தரவிடாது. "எனக்கெல்லாம் செய்வாங்களா?" "என்னையெல்லாம் செலக்ட் பண்ணுவாங்களா?" "நானெல்லாம் கலந்துக்க முடியுமா?" என்று என்னை நானே மதிப்பதில்லை. நீயாவது மதி! என்று மரியாதையையும், கௌரவத்தையும் பிறரிடத்தில் கேட்டு வாங்குவது மிகவும் வருத்தத்துக்குரியது.**
- **"எனக்கு மட்டும் ஏன் இப்படியெல்லாம் நடக்குது?" என்று ஒவ்வொருமுறை நீங்கள் நினைக்கும்போதும், அதைவிடத் துன்பத்தை அனுபவித்தவர்களைப் பற்றி நினைத்தாலே போதும். அதேபோல் எந்த அதிகாரி அல்லது ஊழியர் உங்களைக் காயப்படுத்தினாரோ அவரிடம் கொஞ்சம் உறுதியாக, வார்த்தைகளைத் தேர்ந்தெடுத்துப் பேசினால், பாதிப் பிரச்னை தீர்ந்துவிடும்.**
- **விடுமுறை கேட்க பயப்படுவது, அப்படிக் கேட்க பொய்க்காரணங்கள் தேடுவது - இவையெல்லாம் நமது மன உறுதியின்மையைத்தான் காட்டும். நமக்கு என்ன வேண்டுமென்பதை, மென்மையாக அதே சமயத்தில்**

தெளிவாகக் கேட்பதால், யாரும் நம் தலையைச் சீவி விட மாட்டார்கள் என்பதைப் புரிந்துகொண்டால் போதும்.

- செய்த தவறை ஒத்துக்கொள்ளாதது நம் மன உறுதியை ஒரு கை பார்த்துவிடும். ஒரு தவறு நடந்து அதைச் செய்தது நாம்தான் என்ற பட்சத்தில் "ஆம்! இந்தத் தவறு என்னால்தான் நடந்தது . இதற்கு நான் தான் பொறுப்பு என்று சொல்லும்போது நம் மீதும், நம் உறுதியின் மீதும் நமக்கு நல்ல நம்பிக்கை வந்துவிடும். இதுதான் நம் மன உறுதியின் ஆரம்ப அளவுகோல்.
- "சண்டைல கிழியாத சட்டை எங்க இருக்கு?" என்ற வசனத்தில் பார்த்த *REACT*, *RESPOND* என்ற வார்த்தைகளை எடுத்துக்கொண்டு பொதுவாகப் பார்த்தால் *REACT* செய்பவர்கள்தான் தைரியமானவர்கள் என்ற எண்ணம் வரும். ஆனால், உண்மையில் *RESPOND* செய்பவர்கள்தான் உறுதியானவர்கள். அவர்களால்தான் அந்தச் சூழலை அறிந்துகொண்டு தெளிவான முடிவெடுக்க முடியும்.
- ஒரு பிரச்னை என்று வரும்போது, அதற்கு நாமும் காரணமாக இருந்து, ஆனால், அது பற்றிய விசாரணை என்று வரும்போது, "நானில்லை" என்று முதலில் சொல்லிவிட்டு அதன் பின்னாலேயே போய்க்கொண்டிருக்கும்போது, நம் மன உறுதியை முழுமையாகச் சோதிக்க எதிராளி முடிவெடுத்துவிடுவார். இந்தச் சூட்சுமம்தான் காவல் நிலையங்களில் கையாளப்படுகிறது.
- ஒருகைதி,தான்செய்ததவறைஒத்துக்கொள்ளவில்லையென்றால், அவன் மன உறுதியைக் குலைக்கும் வகையில் அவனது நகத்தைப் பிடுங்குவது, அடிப்பது, ஐஸில் படுக்க வைப்பது போன்ற பல்வேறு விசாரணை முறைகளைப் பின்பற்றி, அவரது உடல் உறுதியைக் குலைத்து, உண்மையை வரவைத்துவிடுவார்கள்.
- பொதுவாக உலகம், ஓடுகிறவர்களைத்தான் துரத்தும். திரும்பித் தைரியமாக நின்றால், அதுவும் நின்றுவிடும். பிரச்னையோ, இக்கட்டான சூழலோ வரும்போது ஒதுங்கவோ, ஓடவோ நினைக்காமல் நிதானமாக அமர்ந்து சிந்தித்தால் அதுபற்றிய தெளிவான பார்வை கிடைத்துவிடும்.

வேலையிடத்தில் மனம் சுருங்காமல், தெளிவான பார்வையுடன், மன உறுதியைக் கடைப்பிடித்தால்தான், அந்த வேலையில் நிலைத்திருக்கமுடியும். மேலும் மேலும் கற்றுக்கொள்ளவும் முடியும். அடுத்த நிலையையும் அடைய முடியும்.

சமூகத்தில், நாம் அதிகம் ஒருவரது உருவம் கண்டு அஞ்சுவது அல்லது எள்ளுவது என்ற பழக்கத்துடனேயே வளர்ந்திருக்கிறோம். ஆனால் மன உறுதி இருந்தால், உருவத்தைப் பற்றிக் கவலைப்படவே வேண்டியதில்லை.

பைபிள் கதைகளில் மிகவும் பிரபலமானது கோலியாத் - தாவீது கதை! கோலியாத் என்ற அசுரத்தனமான மனிதனை தாவீது என்ற ஆடு மேய்க்கும் சிறுவன் தன் உண்டிவில்லால் அடித்து வீழ்த்திவிடுவான். இந்தக் கதையிலிருந்து நாம் புரிந்துகொள்ளவேண்டியதே, உருவத்துக்கும், உள்ள உறுதிக்கும் எந்தத் தொடர்புமில்லை. நாம் எவ்வளவு பலவீனமான உடலைக்கொண்டிருந்தாலும், நமது மன உறுதி நம்மை வேறு ஒரு தளத்துக்குக் கொண்டுசென்றுவிடும்.

மன உறுதியை வளர்த்துக்கொள்ள சில பயிற்சிகள் உள்ளன. அவற்றை விழிப்புணர்வுடன் செய்தாலே போதும்.

- ஒவ்வொரு முறை மனம் சோர்வடையும்போதும், நம்மிடம் இருக்கும் நல்ல குணங்கள், நம்மைச் சுற்றி இருக்கும் நல்ல மனிதர்கள், நம்மிடம் இருக்கும் நல்ல பொருட்கள் ஆகியவற்றை ஒரு பட்டியலாக எழுத வேண்டும்.

- வேலையில், சமூகத்தில், தனிப்பட்ட முறையில் நாம் செய்த சாதனைகளைப் பொறுமையாக வரிசையாக எழுதிப் பார்க்க வேண்டும்.

- இப்போது சம்பந்தப்பட்ட பிரச்னைகளைப் பட்டியலிடவேண்டும். அவற்றை, நம்மிடம் இருக்கும் நல்ல விஷயங்களுடன் ஒப்பிட்டுப்பார்த்தாலே போதும். அந்த ஒப்பீடு நமக்கு ஒரு திருப்தியைத் தரும். நம் பிரச்னைகள், இவைகளை விடச் சிறியதாகத் தெரியத் துவங்கும்.

- அப்போது ஆறுதலுக்கு, நம்மை உண்மையில் புரிந்துகொண்ட நபரை, - அவர் மன உறுதி மிக்கவர் என்ற பட்சத்தில் -

அணுகி அவரிடம் அந்தப் பிரச்னையைப் பகிர்ந்துகொண்டால் போதும். அவர் நமக்குப் பல்வேறு விதங்களில் ஆறுதலும், உற்சாகமும் அளித்துவிடுவார்.

வேறொரு முறையும் உள்ளது. நம்மைவிடச் சிரமப்படும் நான்கு பேரை நேரில் சென்று பார்த்துவிட்டு வந்தாலே போதும். அதனால் நம் மனம் திருப்தியடையும். அதற்குப்பிறகு, உடல் ரீதியாகச் சவால்களை எதிர்கொண்டு, அதேசமயம் தங்கள் மன உறுதியால் சாதித்த மனிதர்களைச் சந்திக்கலாம். அவர்களைப்பற்றி இணையத்தில் படிக்கலாம். புத்தகங்கள் மூலம் தெரிந்துகொள்ளலாம். இதெல்லாம் மனதுக்குள் மெலிதாக மாற்றங்களை உருவாக்கத் துவங்கி, நாளடைவில் உறுதியான உள்ளம் அமைப்பதற்கு உரம் போட்டுவிடும்.

பில்டிங் ஸ்ட்ராங் பேஸ்மெண்ட் வீக்! விஷயத்துக்கு இன்னொரு கோணமும் உள்ளது. உடலை, மேம்போக்காக நன்கு கவனித்துக்கொண்டு இருப்போம். ஆனால், உடலின் ஆரோக்கியத்துக்கு உலை வைக்கும் பல்வேறு உணவு, புகை, மது போன்ற பழக்கங்களைக் கொண்டிருப்போம். இதுவும் உடல்நிலையைப் பாதித்து அதனால் அதன் விளைவுகளைச் சந்திக்க வேண்டியிருக்கும். அப்போது பில்டிங் என்ற வெளிப் பார்வைக்குத் தென்படும் அழகு சரியாக இருந்தாலும், பேஸ்மெண்ட் என்ற ஆரோக்கியம் அடிவாங்கிவிடும். ஆக உடலையும், மனதையும் உறுதியாக வைத்துக்கொள்ள, உடலுக்கு நல்ல உணவும், மனதுக்கு நல்ல சிந்தனையும் தேவை என்பதை இந்த வசனம் நமக்குச் சொல்கிறது.

இத்தனை வாரங்கள் ஆதரவளித்த அத்தனை உள்ளங்களுக்கும் அமுதனின் உளமார்ந்த நன்றிகள். வாழ்வியல் தத்துவங்களை வசனங்களாகப் பேசி மக்கள் மனதில் இடம் பிடித்த வடிவேலு அவர்களுக்குச் சிறப்பு நன்றி!

படித்துவிட்டு, சரியா முடிச்சிருக்கீங்க சார்! என்று சொல்லி பூஜாவும், சிவாவும் பாராட்ட,

"இந்த மகிழ்ச்சியைக் கொண்டாட நான் உங்களுக்கு டின்னர் வாங்கித்தரேன்" என்று சொல்லி அமுதன் அவர்களை அழைத்துக்கொண்டு கிளம்பினார்.

தன் வாழ்வில் கிடைத்த இந்த அனுபவம் தனக்கு மிகவும் உத்வேகம் அளித்திருக்கிறது என்றும், இந்தத் தொடரை எடுத்துக்கொண்டு வடிவேலு அவர்களைச் சந்திக்க இருப்பதையும் சொன்னார்.

அதுவரை அடக்கிவைத்திருந்த உண்மையைச் சிவா சொன்னான்.

சார். கவலையே படாதீங்க. நம்ப பத்திரிகையோட பத்தாவது ஆண்டுவிழா வருது! அதில் உங்க 'நேசமணி தத்துவங்கள்' புத்தகமா வெளிவருது! அதை வெளியிடப்போறதே வடிவேலு சார்தான்! போதுமா?

மகிழ்ச்சியில் அமுதனுக்கு இன்னும் பசித்தது.